150
ஸ்ரீ முத்துஸ்வாமி தீக்ஷிதர் கீர்த்தனைகள்

கிரி

கிரி டிரேடிங் ஏஜென்ஸி பிரைவேட் லிமிடெட்

150 - SRI MUTHUSWAMY DEEKSHITAR KEERTANAIGAL
(Tamil)
ISBN : 978-81-7950-591-5

1st Edition : July 2013 | 7th Reprint : September 2019
Pages 96 | Crown 1/8 | N.S. Maplitho | 500 Copies

Published by : GIRI TRADING AGENCY PRIVATE LIMITED
© Publisher | All rights reserved.

Regd. Office : Modi Niwas, Opp.Post Office, Matunga, Mumbai - 19. ℭ (022) 2412 1344
Admn. Office : No.372/1, Mangadu Pattur Koot Road, Mangadu, Chennai - 600 122.
ℭ +91 44 66 93 93 93 (Multiple Lines), +91 44 2679 3190, 3100
www.giri.in ✉ sales@giri.in

SHOWROOMS : MUMBAI · CHENNAI · KANCHIPURAM · COIMBATORE · MADURAI · TRICHY
PUDUCHERRY · KUMBAKONAM · SECUNDERABAD · BANGALORE · NEW DELHI

பதிப்புரை

முத்துஸ்வாமி தீக்ஷிதர் வரலாறு

ஸங்கீத மும்மூர்த்திகளில் வயதில் இளையவர் முத்துஸ்வாமி தீக்ஷிதர். வேங்கடமகி, கோவிந்த தீக்ஷிதர் ஆகியவர்களின் சிஷ்ய பரம்பரையில், திருவாரூரில் வாழும் சிவபக்த சிகாமணியும், ஸங்கீத மஹா மேதாவியுமான 'ஸ்ரீ ராமஸ்வாமி தீக்ஷிதர்' என்பவருக்கு மகனாகப் பிறந்தார்.

இவர் சின்ன வயதிலேயே ஸம்ஸ்கிருதம், தெலுங்கு, தமிழ் ஆகிய மொழிகளையும், ஸங்கீதம், காவ்யம், நாடகம் மற்றும் அனைத்து ஆகம புராணங்களையும் கற்று, அதில் வல்லமை பெற்றார். இரண்டு திருமணங்களை செய்தும் இல்வாழ்க்கையில் பிடிப்பில்லாமல் இருந்ததால் அவரை இங்கிருந்து குடிபெயர்ந்து மணலியிலுள்ள அவர்களது பரம்பரை வீட்டிற்குச் செல்லுமாறு வற்புறுத்தினர் பெரியவர்கள். அங்கு இவர்களின் வீட்டில் 'சிதம்பரநாத யோகி' என்பவர் தங்கியிருந்த காலத்தில் அவருக்கு பணிவிடை செய்து, அவரிடமிருந்து பற்பல உபதேசங்களைப் பெற்றார்.

பிறகு அவருடன் காசிக்கு தான் மட்டுமல்லாமல் தன் மனைவிமார்களையும், தன்னுடன் அழைத்துச் சென்றார். அங்கு ஐந்து வருட காலம் அவருடன் தங்கி, யோக, மந்திர சாஸ்திரங்கள், வேதாந்த சாஸ்திரங்கள், வேதாந்த நாதவித்யா மர்மங்கள், தேவீ உபாஸன மர்மங்கள், ஆகியவற்றைக் கற்றதோடு 'மஹாஷோடசாக்ஷரீ' என்ற மஹா மந்திரத்தை

உபதேசமாகப் பெற்று 5 வருட காலம் விடாமல் தியானித்து ஸித்தியும் பெற்றார். தான் பெற்ற ஸித்தியைக் காண, கங்கை நீரை இரு கைகளாலும் எடுத்து அதை வீணையாக நினைக்க, உடனே அந்த நீர் ஓர் வீணையாக மாறியதாம். அந்த வீணையின் யாளிக்கு எதிர்முகமாக இருந்த பானையின் கழுத்தில் 'ஸ்ரீ ராம்' என்று ஸம்ஸ்கிருதத்தில் எழுதியிருந்ததாம். மற்றும் அவர் காசியில் தங்கியிருந்த காலத்தில் ஐரோப்பிய ஸங்கீதம் மற்றும் ஹிந்துஸ்தானி ஸங்கீதம் இரண்டையும் கற்றறிந்தார்.

பிறகு சித்தரின் ஆஜ்ஞைக்கு உட்பட்டு மணலிக்கே திரும்பினார். மணலியிலிருந்து தம்பியுடன் திருத்தணி சென்று அங்கு புஷ்கரணியில் ஸ்நானம் செய்துவிட்டு மலையேறிக் கொண்டிருக்கும்போது, வழியில் முருகக் கடவுள் ஒரு கிழவர் வேடத்தில் இவர் முன் தோன்றி "முத்துஸ்வாமீ வாயைத் திற!" என்று அவர் வாயில் கற்கண்டை போட்டு ஆசீர்வதித்து மறைந்தாராம். அவரைப் பின் தொடர்ந்த தீக்ஷிதருக்கு முருகக் கடவுள் மயிலில் அமர்ந்து காட்சி அளிக்க, அதைக் கண்ட தீக்ஷிதர் கண்களில் ஆனந்தக் கண்ணீர் பெருக, 'ஸ்ரீ நாதாதி குருகுஹோ ஜயதி' என்று மாயா மாளவகௌள ராகத்தில் ஒரு கீர்த்தனையை பாடி அனைவரையும் மகிழ்வித்தார். இதுதான் தீக்ஷிதரால் பாடப்பட்ட முதல் கிருதியாகும். அதுமுதல் இவர் இயற்றிய கிருதிகளுக்கு முருகனின் பெயரையே 'குருகுஹ' என்று முத்திரையாக வைத்தார்.

பிறகு ஆனந்த பைரவி ராகத்தில் 'மானஸ குருகுஹ ரூபம்' என்ற தன் இரண்டாவது கீர்த்தனையை இசைத்தார். பிறகு காஞ்சீபுரம் சென்று சில காலம் தங்கி ஏகாம்பரேச்வரர் காமாக்ஷி அம்மனை தரிசித்து இவர்கள் பேரில் சில கீர்த்தனைகள்,

அருணாசலம், சிதம்பரம் சென்று அங்கு பல கீர்த்தனைகள், பிறகு திருவாரூர் சென்று தியாகராஜ ஸ்வாமி கமலாம்பாள் மீது பல கீர்த்தனைகளை அருளிச் செய்தார். பிறகு அவரின் தம்பி மதுரை சென்றுவிட, இவர் மட்டும் திருவாரூரிலேயே தங்கி பஞ்ச லிங்க ஸ்த்தல கீர்த்தனைகள், தியாகராஜ ஸ்வாமி பேரில் சிவ நவாவர்ணம் என்ற பெயரில் கீர்த்தனைகளையும் இசைத்தார். இவ்வாறு இவர் ஒவ்வொரு ஊராக க்ஷேத்ராடனம் சென்று அங்குள்ள தெய்வங்களின் பெயரில் கீர்த்தனைகளை இசைத்தார்.

இவருடைய இசைக்கு மயங்காத தெய்வமே இல்லை என்பதற்கு சான்றாக ஒரு சமயம் இவர் ஸ்வாமி நைவேத்தியத்திற்கு கூட வழியில்லாமல் நொந்து யதுகுல காம்போஜி ராகத்தில், 'த்யாகராஜம் பஜரே! தாபத்ரயம் த்யஜரே!' என்று மனமுருகி பாட, 2 வண்டிகள் நிறைய இரண்டு வருடங்களுக்கு தேவைப்படும் சாமான்கள் வந்து இறங்கினவாம். மற்றொரு சமயம் திருவாரூருக்கு அருகில் உள்ள கீவளூர் அக்ஷயலிங்கத்தை பற்றி பாடச் சென்றாராம். உச்சி காலமானதால், அங்குள்ள அர்ச்சகர், "நாளை வந்து பாடும்" என்று கூறி, ஸன்னதியின் கதவை தாளிட்டு சென்றுவிட, தீக்ஷிதரோ பூட்டிய சன்னதிக்கு எதிரில் அமர்ந்து சங்கராபரண ராகத்தில் 'அக்ஷயலிங்கவிபோ' என்று பலவாறாக சங்கரனை துதித்துபாட பகவான் படாரென்று கதவைத் திறந்து தீக்ஷிதருக்கு தரிசனமளித்தாராம்.

அதேபோல் தன் இரண்டாவது மனைவிக்கு ஆபரணங்களின் மீதுள்ள ஆசையை அகற்ற, 'ஹிரண்மயீம் லக்ஷ்மீம்' என்ற கீர்த்தனைகளை பாட, ஸர்வாலங்கார

பூஷிதையாக மஹாலக்ஷ்மி அவள் கனவில் தோன்றி, ஆபரணங்களின் மீது அவளுக்குள்ள மோஹத்தை அழித்தாளாம். இவ்வாறாக பல க்ஷேத்திரங்களுக்கு சென்று, மதுரை வந்த அவர் 'பாலஸ்வாமிக்கு' எட்டையபுரத்தில் திருக்கல்யாணம் என்று கேள்வியுற்று, அங்கு செல்லும் வழியில் ஒரு ஊர் மழை இல்லாமல் வறண்டு பாளம்பாளமாய் இருப்பதை கண்டு, 'ஆனந்தாம்ருதவர்ஷிணீ! அம்ருதவர்ஷிணீ!' என்று அம்ருதவர்ஷிணீ ராகத்தில் கிருதியை பாடி, வர்ஷய, வர்ஷய, வர்ஷய என்று முடித்த உடன் மழை பொன்மாரியாக பெய்ததாம்.

இதுமட்டுமா. அவரின் சிஷ்யன் தம்பியப்பன் என்பவன் ஜாதகத்தில் சனி, குருவின் தசாபுக்தி போதாததால் வயிற்று வலியுடன் அவதிபட்டதைக்கண்ட தீக்ஷிதர் சிஷ்யனுக்காக குரு, சனி இரண்டு கிரஹங்களின் பெயரில் க்ருதிகளை வகுத்து ஒரு வார காலம் பக்தியுடன் பாட சொன்னாராம். அப்படி பாட அவன் வயிற்று வலி நீங்கியதாம். இதைக் கண்ட தீக்ஷிதர் நவக்ரஹங்களின் உபாதையிலிருந்து மக்கள் விடுதலை பெறவேண்டுமென்று கருதி இதர க்ரஹங்களின் பேரிலும் க்ருதிகளை அமைத்தாராம். இவைதான் நவக்ரஹ க்ருதிகள் ஆகும்.

59வது வயதில் தம்பியைப் பார்க்க மதுரை சென்று, 'மீனாக்ஷி மே முதம் தேஹி' என்ற கிருதியை அனைவரின் முன்னிலையிலும் பாடி அனைவரையும் களிக்கச் செய்தார். பிறகு அவருடைய 60வது வயதில் மன்மத வருடம், ஐப்பசி மாதம், (துலா) க்ருஷ்ண சதுர்தசி (தீபாவளி)யன்று அம்பாளுக்கு விசேஷ பூஜை நடந்து கொண்டிருக்க, சிஷ்யர்களை 'மீனாக்ஷி மே முதம் தேஹி' என்ற கீர்த்தனையைப் பாடச் சொல்ல, அவர்களும் பாட, அதில்

'மீனலோசனி பாச'மோசனி' என்ற இடம் வரும்பொழுது 2 முறை பாடுங்கள் என்று சொல்லி, தன் இருகைகளையும் சிரசிற்கு மேல் தூக்கி, சிவேபாஹி சிவேபாஹி சிவேபாஹி' என்று மூன்று முறை துதித்து ஜோதி வடிவமாக அம்பாள் பாதாரவிந்தங்களில் இரண்டறக் கலந்தார்.

பல ஆன்மீக புத்தகங்களையும், ஸங்கீத ஆரம்ப பாடங்கள் அடங்கிய ஸங்கீத பால பாடம் பாகம்–2 தமிழ் மற்றும் ஆங்கிலத்திலும் வெளியிட்ட எமது 'கிரி' நிறுவனம் இப்பொழுது முத்துஸ்வாமி தீக்ஷிதரால் இயற்றப்பட்ட பிரபலமான 150 கீர்த்தனைகளை வெளியிடுவதில் பெருமை கொள்கிறது. அவர் அனைத்து தெய்வங்களின் மேலும் பாடியிருப்பதால் அந்தந்த தெய்வங்களின் கீர்த்தனைகள் தனித்தனியாக கொடுக்கப் பட்டுள்ளது.

ஆகவே இசை ஆர்வலர்கள் அனைவரும் இந்தப் புத்தகத்தை வாங்கி அனைத்து தெய்வங்களின் அருளைப் பெறவேண்டுமென்று ப்ரார்த்திக்கிறோம்.

–பதிப்பகத்தார்

குறிப்பு : இந்த புத்தகத்தில் ச' எழுத்து வரும் இடங்களிலெல்லாம் அதை (**श**, sha) என்ற உச்சரிப்பில் மட்டுமே உச்சரிக்க வேண்டும். ஏனெனில் ஸம்ஸ்க்ருத **श** (sha) எழுத்திற்கு நிகரான எழுத்து தமிழில் இல்லை.

உதாரணம் :	शंकरा	- shankara	– ச'ங்கரா
	शिवा	- shiva	– சி'வா
	शास्त्रम्	- shastram	– சா'ஸ்த்ரம்

8

பொருளடக்கம்

1. ஏக தந்தம் பஜே஽ஹம் .... ராகம் : பிலஹரி 15

2. கணநாயகம் .... ராகம் : ருத்ரப்ரியா 15

3. கண பதே மஹா மதே .... ராகம் : கல்யாணி 16

4. கரி களப முகம் .... ராகம் : ஸாவேரி 16

5. கஜானன யுதம் .... ராகம் : வேகவாஹினி 17

6. ச'க்தி ஸஹித கண பதிம் .... ராகம் : ச'ங்கராபரணம் 17

7. பஞ்ச மாதங்கமுக .... ராகம் : மலஹரி 17

8. மஹா கணபதிம் மனஸா .... ராகம் : நாட / சலநாட 18

9. மஹா கணபதிம் வந்தே .... ராகம் : தோடி 18

10. ரக்த கணபதிம் .... ராகம் : மோஹனம் 19

11. வல்லபா நாயகஸ்ய .... ராகம் : பேகடா 19

12. வினாயக .... ராகம் : வேக வாஹினி 20

13. ஸித்தி வினாயகம் .... ராகம் : சாமரம் 20

14. ஹேரம்பாய .... ராகம் : அடாணா 21

15. ஸ்ரீ கணநாதம் பஜரே .... ராகம் : ஈச'மனோஹரி 21

16. ஸ்ரீ மஹா கணபதி ரவதுமாம் .... ராகம் : கௌள 21

17. ஸ்ரீ மூலாதார சக்ர வினாயக .... ராகம் : ஸ்ரீ 22

18. வாதாபி கணபதிம் .... ராகம் : ஹம்ஸத்வனி 23

19. தக்ஷிணாமூர்த்தே .... ராகம் : ச'ங்கராபரணம் 23

20. ஸ்ரீ தக்ஷிணாமூர்த்திம் ஸதா .... ராகம் : அடாணா 24

21. ஸ்ரீ நாதாதி குருகுஹோ .... ராகம் : மாயா மாளவகௌள 24

22. ச'ரவண பவ	ராகம் : ரேவகுப்தி	25
23. தண்டாயுதபாணிம்	ராகம் : ஆனந்தபைரவி	26
24. பால ஸுப்ரஹ்மண்யம்	ராகம் : ஸௌரடி	27
25. ஸுப்ரஹ்மண்யேன	ராகம் : சு'த்ததன்யாஸி	27
26. ஸ்வாமி நாத	ராகம் : சல நாட / நாட	28
27. ஶ்ரீ ஸுப்ரஹ்மண்யாய	ராகம் : காம்போஜி	28
28. ஹரிஹரபுத்ரம்	ராகம் : வஸந்தா	29
29. அக்ஷயலிங்கவிபோ	ராகம் : ச'ங்கராபரணம்	30
30. கனகஸபாபதிம்	ராகம் : மாளவ ஶ்ரீ	31
31. காசீ' விச்'வேச்'வர	ராகம் : காம்போஜி	31
32. சந்த்ரசே'கரம்	ராகம் : மார்க ஹிந்தோளம்	32
33. சிதம்பர நடராஜ மூர்த்திம்	ராகம் : தனுகீர்த்தி	32
34. சிந்தயே மஹாலிங்க மூர்த்திம்	ராகம் : பரஜு	33
35. சி'வ காமேச்'வரம்	ராகம் : ஆரபி	33
36. த்யாகேச'ம் பஜரே	ராகம் : ருத்ரப்ரியா	34
37. நீலகண்ட்ட மஹா தேவ	ராகம் : வஸந்தா	34
38. பசு'பதீச்'வரம்	ராகம் : சி'வ பந்துவராளி	35
39. பஞ்ச பூத கிரணாவளிம்	ராகம் : கிரணாவளி	35
40. ப்ருஹதீச்'வரம் பஜ	ராகம் : நாகத்வனி	36
41. மார்க ஸஹாயேச்'வரம்	ராகம் : காசீ'ராமக்ரிய	36
42. ஶ்ரீ மாத்ரு பூதம்	ராகம் : கன்னட	37
43. ஶ்ரீ வைத்ய நாதம்	ராகம் : அடாணா	37

பஞ்சபூத ஸ்த்தல லிங்க கீர்த்தனைகள்

44. ஆனந்த நடன ப்ரகாச'ம் .... ராகம் : கேதாரம் 38

45. அருணாசல நாதம் .... ராகம் : ஸாரங்கா 39

46. சிந்தய மா கந்தமூலகந்தம் .... ராகம் : பைரவி 39

47. ஜம்பூபதே .... ராகம் : யமுனாகல்யாணி 40

48. ஸ்ரீ காளஹஸ்தீச' .... ராகம் : ஹுஸானி / ஹுஸேனி ... 41

திருவாரூர் தியாகராஜர் விபக்தி கீர்த்தனைகள்

49. த்யாகராஜ பாலயாசு'மாம் .... ராகம் : கௌள 41

50. த்யாகராஜோ விராஜதே .... ராகம் : அடாணா 42

51. த்யாகராஜம் பஜரே .... ராகம் : யதுகுல காம்போஜி 43

52. த்யாகராஜேன ஸம்ரக்ஷிதோ S ஹம் .. ராகம் : ஸாளக பைரவி 43

53. த்யாகராஜாய நமஸ்தே .... ராகம் : பேகடா 44

54. த்யாகராஜாதன்யம் ந ஜானே .... ராகம் : தர்பார் 45

55. ஸ்ரீ த்யாகராஜஸ்ய பக்தோ பவாமி .. ராகம் : ருத்ரப்ரியா 45

56. த்யாகராஜே க்ருத்யாக்ருத்யம் .... ராகம் : ஸாரங்கா 46

57. வீரவஸந்தத்யாகராஜ .... ராகம் : வீரவஸந்தம் 47

58. கோவர்த்தன கிரீச'ம் .... ராகம் : ஹிந்தோளம் 47

59. சேத ஸ்ரீ பால க்ருஷ்ணம் .... ராகம் : ஜூஜாவந்தி 48

60. சே'ஷாசல நாயகம் .... ராகம் : வராளி 48

61. தாச'ரதே .... ராகம் : ச'ங்கராபரணம் 49

62. தீனபந்தோ .... ராகம் : ச'ங்கராபரணம் 49

63. நரஹரிம்மாச்'ரயாமி .... ராகம் : ஜய சு'த்த மாளவி 49

64. பன்னக ச'யன .... ராகம் : மத்யமாவதி 50

65. பால கோபால	ராகம் : பைரவி	50
66. பால க்ருஷ்ணம் பாவயாமி	ராகம் : கோபிகாவசந்தம்	51
67. பாஹிமாம் ஜானகீ வல்லப	ராகம் : ச'ங்கராபரணம்	52
68. மாமவ பட்டாபிராம	ராகம் : மணிரங்கு	52
69. ரங்க நாயகம்	ராகம் : நாயகி	53
70. ரங்கபுரவிஹார	ராகம் : ப்ருந்தாவனஸாரங்கா	53
71. ராம சந்த்ரம் பாவயாமி	ராகம் : வசந்தா	54
72. ராமசந்த்ரம் ராஜீவாக்ஷம்	ராகம் : ச'ங்கராபரணம்	54
73. ஸந்தான ராம ஸ்வாமினம்	ராகம் : ஹிந்தோள வசந்தம்	55
74. ஸௌந்தர ராஜமாச்'ரயே	ராகம் : ப்ருந்தாவனி	55
75. ஸ்ரீ க்ருஷ்ணோ மாம் ரக்ஷது	ராகம் : நாஸாமணி	56
76. ஸ்ரீ ராஜகோபாலபால	ராகம் : ஸாவேரி	56
77. ஸ்ரீ லக்ஷ்மீ வராஹம்	ராகம் : ஆபோகி	57
78. ஸ்ரீ வேங்கட கிரீச'மாலோகயே	ராகம் : ஸௌரடி	58
79. ஸ்ரீ ஸத்ய நாராயணம்	ராகம் : சி'வ பந்துவராளி	58
80. பவனாத்மஜம்	ராகம் : ச'ங்கராபரணம்	59
81. அகிலாண்டேச்'வரி ரக்ஷ மாம்	ராகம் : ஜூஜாவந்தி	59
82. அபயாம்பா ஜகதம்பா	ராகம் : கல்யாணி	60
83. அபிராமீம் அகில	ராகம் : பூஷாவதி	60
84. அன்ன பூர்ணே விசா'லாக்ஷி	ராகம் : ஸாம	61
85. ஆனந்தாம்ருதாகர்ஷிணீ	ராகம் : அம்ருத வர்ஷிணி	61
86. ஏஹி அன்னபூர்ணே	ராகம் : புன்னாகவராளி	62
87. கஞ்ஜ தளாயதாக்ஷி	ராகம் : மனோஹரி	62

#	பாடல்	ராகம்	பக்கம்
88.	காசீ' விசா'லாக்ஷீம்	கமகக்ரியா	63
89.	காமகோடிபீட வாஸினி	ஸௌகந்தினி	63
90.	காமாக்ஷி காமகோடி	ஸுமத்யுதி	63
91.	காமாக்ஷி வர லக்ஷ்மி	பிலஹரி	64
92.	கௌமாரீ கௌரீ	கௌரீ வேளாவளி	64
93.	கௌரி கிரிராஜ குமாரி	கௌரி	65
94.	சி'வ காமேச்'வரீம்	கல்யாணி	65
95.	தர்ம ஸம்வர்த்தனி	மத்யமாவதி	66
96.	தாக்ஷாயணி	தோடி	66
97.	த்ரிபுர ஸுந்தரி ச'ங்கரி	ஸாம	67
98.	த்ரிபுர ஸுந்தரி நமோஸ்து தே	தேவமனோஹரி	67
99.	நவ ரத்ன விலாஸ	நவரத்னவிலாஸம்	68
100.	நாக காந்தாரீ	நாக காந்தாரி	68
101.	பஞ்சாச'த்பீட ரூபிணி	தேவகாந்தாரம்	68
102.	பரதேவதே நமஸ்தே	ஆனந்த பைரவி	69
103.	பராச'க்தி ஈச்'வரி	கௌரி வேளாவளி	69
104.	பர்வத ராஜ குமாரி	ஸ்ரீ ரஞ்ஜனி	70
105.	பஜரே ரே சித்த	கல்யாணி	70
106.	பால குசாம்பிகே	ஸௌரடி	71
107.	பாலாம்பிகே பாஹி	மனோரஞ்ஜனி	71
108.	பாஹி துர்கே	ச'ங்கராபரணம்	71
109.	பூஷாபதிம்	பூஷாவதி	72
110.	ப்ருஹதம்பா மதம்பா	பானுமதி	72

13

111. ப்ருஹதம்பிகாயை .... ராகம் : வஸந்தா 72

112. மதுராம்பா ஸம்ரக்ஷது .... ராகம் : தேவக்ரியா 73

113. மஹா த்ரிபுரஸுந்தரி .... ராகம் : மத்யமாவதி 73

114. மஹாலக்ஷ்மி கருணா .... ராகம் : மாதவ மனோஹரி 73

115. மஹிஷாஸுர மர்த்தினி .... ராகம் : கௌள 74

116. வாராஹீம் .... ராகம் : வேகவாஹினி 74

117. வீணா புஸ்தக தாரிணீமாச்'ரயே ... ராகம் : வேக வாஹினி 75

118. ஸரஸ்வதீ மனோஹரி .... ராகம் : ஸரஸ்வதீ மனோஹரி 75

119. ஸாமகான ப்ரியே .... ராகம் : ச'ங்கராபரணம் 76

120. ஹிமகிரி குமாரி ஈச'ப்ரிய .... ராகம் : அம்ருதவர்ஷிணி 76

121. ஹிரண்மயீம் லக்ஷ்மீம் .... ராகம் : லலிதா 76

122. ஸ்ரீ அபயாம்பா .... ராகம் : ஸ்ரீ 77

123. ஸ்ரீ வரலக்ஷ்மீ .... ராகம் : ஸ்ரீ 77

124. ஸ்ரீ ரமா ஸரஸ்வதீ .... ராகம் : நாஸாமணி 78

125. ஸ்ரீ ஸரஸ்வதீ நமோऽஸ்து தே .... ராகம் : ஆரபி 78

நவாவரண கீர்த்தனைகள்

126. கமலாம்பிகே ஆச்'ரித .... ராகம் : தோடி 79

127. கமலாம்பா ஸம்ரக்ஷது மாம் .... ராகம் : ஆனந்த பைரவி 79

128. கமலாம்பாம் பஜரே .... ராகம் : கல்யாணி 80

129. ஸ்ரீ கமலாம்பிகயா .... ராகம் : ச'ங்கராபரணம் 81

130. கமலாம்பிகாயை கனகாம்சு'காயை ராகம் : காம்போஜி 82

131. ஸ்ரீ கமலாம்பிகாயா: பரம் .... ராகம் : பைரவி 83

132. கமலாம்பிகாயாஸ்தவ .... ராகம் : புன்னாகவராளி 84

14

133. ஸ்ரீ கமலாம்பிகாயாம் பக்திம் .... ராகம் : ஸஹானா 84

134. ஸ்ரீ கமலாம்பிகே அவாவ .... ராகம் : கண்டா / கண்டாரவம் ... 85

135. ஸ்ரீ கமலாம்பா ஜயதி .... ராகம் : ஆஹிரி 86

136. ஸ்ரீ கமலாம்பிகே சி'வே .... ராகம் : ஸ்ரீ 87

மதுரை மீனாக்ஷிதேவி கீர்த்தனைகள்

137. மீனாக்ஷி மே முதம் .... ராகம் : கமகக்ரியா 88

138. மாமவ மீனாக்ஷி .... ராகம் : வராளி 88

139. ஸ்ரீ மீனாக்ஷி கௌரி .... ராகம் : கௌரி 89

140. ஸ்ரீ மீனாம்பிகாயா: .... ராகம் : தேவகாந்தாரி 89

141. ச்'யாமலாங்கி .... ராகம் : ச்'யாமலம் 90

நவக்ரஹ கீர்த்தனைகள்

142. ஸூர்ய மூர்த்தே .... ராகம் : ஸௌராஷ்ட்ரம் 90

143. சந்த்ரம் பஜ மானஸ .... ராகம் : அஸாவேரி 91

144. அங்காரகமாச்'ரயாம்யஹம் .... ராகம் : ஸுரடி 92

145. புதமாச்'ரயாமி .... ராகம் : நாடகுறஞ்ஜி 92

146. ப்ருஹஸ்பதே தாராபதே .... ராகம் : அடாணா 93

147. ஸ்ரீ சு'க்ர பகவந்தம் .... ராகம் : ஃபரஜு 94

148. திவாகர தனுஜம் .... ராகம் : யதுகுலகாம்போஜி 94

149. ஸ்மராம்யஹம் ஸதா .... ராகம் : ரமாமனோஹரி 95

150. மஹாSஸுரம் கேதும் .... ராகம் : சாமரம் / ஷண்முகப்ரியா 96

1. ஏக தந்தம் பஜேऽஹம்

ராகம் : **பிலஹரி** தாளம் : **மிச்'ர சாபு**

ப. ஏக தந்தம் பஜேऽஹம்
ஏகானேக ஃபல ப்ரதம் ஏக தந்தம்

அ. பாக சா'ஸனாராதிதம்
பாமர பண்டிதாதி நுத பதம் ஏக தந்தம்

ச. கைலாஸ நாத குமாரம் கார்த்திகேய மனோஹரம்
ஹாலாஸ்யக்ஷேத்ர வேகவதீ தட விஹாரம் ஹரம்
கோலாஹல குருகுஹஸஹிதம்
கோடி மார லாவண்ய ஹிதம்
மாலா கங்கணாதி தரணம்
மாஷா வல்லபாம்பா ரமணம் ஏக தந்தம்

2. கணநாயகம்

ராகம் : **ருத்ரப்ரியா** தாளம் : **ஆதி**

ப. கணநாயகம் பஜேஹம் பஜே
கமலேச' நுதம் காம ரிபு ஸுதம் கண

அ. அணிமாதி ஸித்தி தாயகம் ஸுமுகம் கண

ச. வாணீ ரமணானந்தம் வரதம்
வதனே த்விரதம் வர பால குரு குஹம் கண

3. கண பதே மஹா மதே

ராகம் : **கல்யாணி** தாளம் : **ரூபகம்**

ப. கண பதே மஹா மதே கௌரீ
குமார மாம் பாஹி கண பதே

அ. அணிமாத்யஷ்டைச்'வர்ய ப்ரத
குரு குஹ பூஜித வர கண பதே

ச. ஸோம ஸூர்யாக்னி நேத்ர ஸதாசி'வானந்த புத்ர
வாம தேவாதி பத்ர வாரிஜ கம்பீர காத்ர
ஹிமாத்ரி ஸுதா மோத ஹிரண்ய–மய பீட ஸ்த்தித
பாமர பண்டித நுத பத பங்கஜாஸனாராதித கண பதே

4. கரி களப முகம்

ராகம் : **ஸாவேரி** தாளம் : **ரூபகம்**

ப. கரி களப முகம் டுண்டி கணேச'ம் பஜரே ரே சித்த
காவேரீ தட ஸ்த்திதம் ஸாவேரீ ராக நுதம் கரி களப

அ. ஹரி–ஹயாதி ஸகல தேவதாராதித பதாம்புஜம்
கிரிஜா தனுஜம் விஜித மனஸிஜம்
குரு குஹாக்ரஜம் கரி களப

ச. மூலாதார சதுர்த்ததள பங்கஜ மத்யஸ்த்தம்
மோதக ஹஸ்தம் முனிஜன ஹ்ருத்கமலஸ்த்தம்
ஃபால சந்த்ரம் ஸுமுகம் கருணா ஸாந்த்ரம்
பாசா'ங்குச'தரம் பத்மகரம் ஸுந்தரம்
நீல க்ரீவ ஸுகுமாரம் நீரத சோ'பா ஹரம்
பாலித பக்தம் தீரமபாரம் வாரம் வாரம் கரி களப

5. கஜானன யுதம்

ராகம் : **வேகவாஹினி** தாளம் : **சதுரச்'ரஏகம்**

ப. கஜானன யுதம் கணேச்'வரம்
பஜாமி ஸததம் ஸுரேச்'வரம் கஜானன

ச. அஜேந்த்ர பூஜித விக்னேச்'வரம்
கணாதி ஸன்னுத பதபத்மகரம்
குஞ்ஜர பஞ்ஜன சதுரதர கரம்
குரு குஹாக்ரஜம் ப்ரணவாகாரம் கஜானன

6. ச'க்தி ஸஹித கண பதிம்

ராகம் : **ச'ங்கராபரணம்** தாளம் : **திஸ்ர ஏகம்**

ச'க்தி ஸஹித கண பதிம் ச'ங்கராதி ஸேவிதம்
விரக்த ஸகல முனிவர ஸுரராஜ வினுத குரு குஹம்
பக்தாளி போஷகம் பவ ஸுதம் வினாயகம்
புக்தி முக்தி ப்ரதம் பூஷிதாங்கம்
பக்த பாதாம்புஜம் பாவயாமி ச'க்தி

7. பஞ்ச மாதங்கமுக

ராகம் : **மலஹரி** தாளம் : **ரூபகம்**

ப. பஞ்ச மாதங்கமுக கணபதினா
பரிபாலிதோஹம் ஸுமுகேன ஸ்ரீ பஞ்ச

அ. பஞ்ச பூதாத்மக ப்ரபஞ்சோதயாதி கரண
விரிஞ்சி ஹரி ருத்ர நுதேன
பஞ்ச வக்த்ர சி'வ ஸுதேன பஞ்ச

ச. வரதாபய பாச' ஸ்ருணி கபால தந்த –
மோதக முத்கராக்ஷ மாலா கரேண கமலாபுர விஹாரேண
புருஹூதாத்யகில தேவபூஜித விக்னேச்'வரேண
வரகுரு குஹ ஸோதரேண ஸூருசிர லம்போதரேண
கருணாங்க கௌர–தரேண
கலி மல ஹரண சதுரேண பஞ்ச

8. மஹா கணபதிம் மனஸா

ராகம் : **நாட / சலநாட** தாளம் : **சதுரச்'ர ஏகம்**

ப. மஹா கணபதிம் மனஸா ஸ்மராமி
வஸிஷ்ட்ட வாம தேவாதி வந்தித மஹா...

ச. மஹா தேவ ஸூதம் குரு குஹ நுதம்
மாரகோடி ப்ரகாச'ம் சா'ந்தம்
மஹாகாவ்யநாடகாதிப்ரியம்
மூஷிக வாஹன மோதக ப்ரியம் மஹா...

9. மஹா கணபதிம் வந்தே

ராகம் : **தோடி** தாளம் : **ரூபகம்**

ப. மஹா கணபதிம் வந்தே
மாதவாத்யமரப்ருந்தம் மஹா.....

அ. அஹந்தாதி ரஹிதம் ச'க்தி ஸஹிதம்
ஆனந்ததந்தமேக தந்தம் மஹா.....

ச. த்ரிபுர வதார்த்தம் சி'வேன – த்ர்யம்பகேனார்ச்சிதம்
உபநிஷத் ப்ரதிபாதிதம் உமா மஹேச்'வர ஸூதம்
கபில வஸிஷ்ட்டாதி நதம் கஞ்ஜஜாதிபிரீடிதம்
கபிலம் க்ருஷ்ண பூஜிதம் கரி வதன ஸூசோ'பிதம்

ஸுபர்ண வாஹ ஸேவிதம் ஸுர குரு குஹ பாவிதம்
கபித்தாம்ர பனஸ ஜம்பூ – கதலீ ஃபல பக்ஷிதம் மஹா.....

10. ரக்த கணபதிம்

ராகம் : **மோஹனம்** தாளம் : **ஆதி**

ப. ரக்த கணபதிம் பஜேSஹம்
ரத்ன ஸிம்ஹாஸனபதிம் ஸுரபதிம் ரக்த கண

அ. ரக்தாம்பரதரம் ராக த்வேஷாதி ஹரம்
பார்வதீ ப்ரியகரம் மோஹனகரம் ரக்த கண

ச. பரசு’ ராம க்ஷேத்ர ப்ரபாவம்
பாயஸான்ன ஹோமாதி விபவம்
பஞ்ச க்ருத்யாதீத ஸ்வபாவம்
பக்த ஜனாதி ஸமூஹ வைபவம்
ஸகல கார்யார்த்த ஸித்திதம் ஸ்த்திரம்
வாம தேவாதி பூஜிதம் வரம்
வாரிஜ பவ வந்தித வல்லபேச’ம்
குருகுஹநுதம் பரமசி’வ ஸுதம் ரக்த கண

11. வல்லபா நாயகஸ்ய

ராகம் : **பேகடா** தாளம் : **ரூபகம்**

ப. வல்லபா நாயகஸ்ய பக்தோ பவாமி
வாஞ்சிதார்த்த தாயகஸ்ய
வர மூஷிக வாஹனஸ்ய வல்லபா

ச. பல்லவ பத ம்ருது–தரஸ்ய பாசா’ங்குசா’தி தரஸ்ய
மல்லிகா ஜாதீ சம்பக ஹாரஸ்ய மணி மாலஸ்ய
வல்லீ விவாஹ காரணஸ்ய குருகுஹ பூஜிதஸ்ய
காளீ கலா மாலினீ கமலாக்ஷீ ஸன்னுதஸ்ய வல்லபா

12. வினாயக

ராகம் : **வேக வாஹினி** தாளம் : **ரூபகம்**

ப. வினாயக விக்ன நாச'க மாம் தாரய தயாநிதே வினாயக

அ. அனாத ரக்ஷக ஆரூட மூஷிக
தக்ஷ சி'க்ஷக வினாயக

ச. சி'வ குருகுஹ விதி பூஜித ஆச்'ரித ஜன பரிபாலக
தேவ ராஜ புர தோஷித வேக வாஹினீ வர்தித
ரவி ச'சி' வஹ்னி நேத்ர ரதி பதி ஸன்னுத சு'ப காத்ர
பவனாத்மஜானந்தகர ராம மித்ர வர பவித்ர வினாயக

13. ஸித்தி வினாயகம்

ராகம் : **சாமரம்** தாளம் : **ரூபகம்**

ப. ஸித்தி வினாயகம் அனிச'ம் சிந்தயாம்யஹம்
ப்ரஸித்த கண நாயகம்
விசி'ஷ்டார்த்த தாயகம் வரம் ஸித்தி

அ. ஸித்த யக்ஷ கின்னராதி ஸேவிதம்
அகில ஜகத்ப்ரஸித்தம்
மூல பங்கஜ மத்யஸ்த்தம் மோதக ஹஸ்தம் ஸித்தி

ச. பாத்ர பத மாஸ சதுர்த்யாம் – ப்ராஹ்மணாதி பூஜிதம்
பாசா'ங்குச' தரம் சத்ர சாமர பரிவீஜிதம்
ரௌத்ர பாவ ரஹிதம் தாஸ ஜன ஹ்ருதய விராஜிதம்
ரௌஹிணேயானுஜார்ச்'சிதம் ஈஹனா வர்ஜிதம்

அத்ரி ராஜ ஸுதாத்மஜம் அனந்த குரு குஹாக்ரஜம்
பத்ர ப்ரத பதாம்புஜம் பாஸமான சதுர்புஜம் ஸித்தி

14. ஹேரம்பாய

ராகம் : **அடாணா** தாளம் : **ரூபகம்**

ப. ஹேரம்பாய நமஸ்தே ஹரி ப்ரஹ்மேந்த்ராதி –
ஸேவிதாய சி'வகுமாராய ஹேரம்பாய

அ. வீரகணாதி முதிதாய வீராதி வரப்ரதாய ஹேரம்பாய

ச. ஸூரி ஜனோபாஸிதாய ஸூரகுருகுஹ ஸேவிதாய
பரமேச்'வர குமாராய பஞ்ச ஹஸ்தாய பாசா'ங்குச' தராய
ப்ரஸித்த கண நாதாய விநாயகாய ஹேரம்பாய

15. ஸ்ரீ கணநாதம் பஜரே

ராகம் : **ஈச'மனோஹரி** தாளம் : **ரூபகம்**

ப. ஸ்ரீ கணநாதம் பஜரே சித்த பராச'க்தி யுதம் ஸ்ரீ கண

அ. நாக யஜ்ஞஸூத்ர தரம்
நாத லயானந்தகரம் ஸ்ரீ கண

ச. ஆகமாதி ஸன்னுதம் அகில தேவ பூஜிதம்
யோகசா'லி பாவிதம் போகி சா'யி ஸேவிதம்
ராக த்வேஷாதி ரஹித – ரமணீய ஹ்ருதய விதிதம்
ஸ்ரீ குரு குஹ ஸம்முதிதம்
சின்மூல கமலஸ்த்திதம் ஸ்ரீ கண

16. ஸ்ரீ மஹா கணபதி ரவதுமாம்

ராகம் : **கௌளை** தாளம் : **த்ரிபுட**

ப. ஸ்ரீ மஹா கணபதி ரவதுமாம்
ஸித்தி வினாயகோ மாதங்க முக ஸ்ரீ மஹா

அ. காம ஜனக விதீந்த்ர ஸன்னுத –
கமலாலய தட நிவாஸோ

கோமல–தர பல்லவ பத கர –
குரு குஹாக்ரஜ சி'வாத்மஜ ஸ்ரீ மஹா

ச. ஸுவர்ணாகர்ஷண விக்ன ராஜோ
பாதாம்புஜோ கௌர வர்ண வஸன தரோ
பால சந்த்ரோ நராதி வினுத லம்போதரோ
குவலய ஸ்வவிஷாண பாசா'ங்குச' –
மோதக ப்ரகாச' கரோ பவ ஜலதி நாவோ
மூல ப்ரக்ருதி ஸ்வபாவஸ்ஸுகதரோ
ரவி ஸஹஸ்ர ஸன்னிப தேஹோ
கவி ஜன நுத மூஷிக வாஹோ
அவ நத தேவதா ஸமூஹோ
அவினாச' கைவல்ய தேஹோ ஸ்ரீ மஹா

17. ஸ்ரீ மூலாதார சக்ர வினாயக

ராகம் : **ஸ்ரீ** தாளம் : **ஆதி**

ப. ஸ்ரீ மூலாதார சக்ர வினாயக
அமூல்ய வர ப்ரதாயக ஸ்ரீ மூலாதார

அ. மூலாஜ்ஞான சோ'க வினாச'க
மூல கந்த முக்தி ப்ரதாயக ஸ்ரீ மூலாதார

ச. ஸகளீ க்ருத தேவாதி தேவ
ச'பளீ க்ருத ஸர்வஜ்ஞ ஸ்வபாவ
ப்ரகடீ க்ருத வைகரீ ஸ்வபாவ
பராபவ ப்ரஸித்த கஜக்ரீவ
விகட ஷட்ச'த ச்'வாஸாதிகார
விசித்ராகார பக்தோபகார
அகளங்க விபாஸ்வர விக்னேச்'வர
ஹர குருகுஹ ஸோதர லம்போதர ஸ்ரீ மூலாதார

18. வாதாபி கணபதிம்

ராகம் : **ஹம்ஸத்வனி** தாளம் : **ஆதி**

ப. வாதாபி கணபதிம் பஜேSஹம்
வாரணாஸ்யம் வர ப்ரதம் ஸ்ரீ வாதாபி

அ. பூதாதி ஸம்ஸேவித சரணம்
பூத பௌதிக ப்ரபஞ்ச பரணம்
வீத ராகிணம் வினுத யோகினம்
விச்’வ காரணம் விக்ன வாரணம் வாதாபி

ச. புராகும்ப ஸம்பவ முனி வர –
ப்ரபூஜிதம் த்ரிகோண மத்யகதம்
முராரி ப்ரமுகாத்புபாஸிதம்
மூலாதார க்ஷேத்ர ஸ்த்திதம்
பராதி சத்வாரி வாகாத்மகம்
ப்ரணவ ஸ்வரூப வக்ர துண்டம்
நிரந்தரம் நிடில சந்த்ர கண்டம்
நிஜ வாமகர வித்ருதேக்ஷு தண்டம்
கராம்புஜ பாச’ பீஜா பூரம்
கலுஷ விதூரம் பூதாகாரம்
ஹராதி குருகுஹ தோஷித பிம்பம்
ஹம்ஸத்வனி பூஷித ஹேரம்பம் வாதாபி

19. தக்ஷிணாமூர்த்தே

ராகம் : **ச’ங்கராபரணம்** தாளம் : **ஜம்ப**

ப. தக்ஷிணாமூர்த்தே விதளித தாஸார்த்தே
சிதானந்த பூர்த்தே ஸதா மௌன கீர்த்தே தக்ஷிணா

அ. அக்ஷய ஸுவர்ண வட வ்ருக்ஷ மூல ஸ்த்திதே
ரக்ஷமாம் ஸனகாதி ராஜ யோகி ஸ்துதே

ரக்ஷித ஸத்பக்தே சி'க்ஷித துர்யுக்தே
அக்ஷரானுரக்தே அவித்யா விரக்தே தக்ஷிணா

ச. நிகில ஸம்ச'ய ஹரண நிபுணதர யுக்தே
நிர்விகல்ப ஸமாதி நித்ராப்ரஸக்தே
அகண்டைக ரஸ பூர்ணாரூட ச'க்தே
அபரோக்ஷ நித்ய போதானந்த முக்தே

ஸுகதர ப்ரவ்ருத்தே ஸ்வாஜ்ஞான நிவ்ருத்தே
ஸ்வகுரு குஹோத்பத்தே ஸ்வானுபோக த்ருப்தே தக்ஷிணா

20. ஸ்ரீ தக்ஷிணாமூர்த்திம் ஸதா

ராகம் : **அடாணா** தாளம் : **கண்ட ஏகம்**

ப. ஸ்ரீ தக்ஷிணாமூர்த்திம் ஸதா சிந்தயேऽஹம்
ஸதானந்த வித்யா ப்ரத குருகுஹ கீர்த்திம் ஸ்ரீ தக்ஷிணா

ச. வேதாந்த போதகம் விஜய சின்முத்ராங்கம்
நாதாந்த வேதிதம் நிஜ ஸனகாதி நுதம்

வதனாரவிந்த வஹ்னி ரவி ச'சி' லோசனம்
வாஸுதேவ குமாரமாரஹர நந்தனம் ஸ்ரீ தக்ஷிணா

21. ஸ்ரீ நாதாதி குருகுஹோ

ராகம் : **மாயா மாளவகௌள** தாளம் : **ஆதி**

ப. ஸ்ரீ நாதாதி குருகுஹோ ஜயதி ஜயதி
ஸ்ரீ சிதானந்த நாதோऽஹமிதி
ஸந்ததம் ஹ்ருதினி பஜ ஸ்ரீ நாதாதி

அ. நானா ப்ரபஞ்ச விசித்ரகரோ
நாமரூப பஞ்சபூதாகரோ

அஜ்ஞான த்வாந்த ப்ரசண்ட பாஸ்கரோ
ஜ்ஞான ப்ரதாயகோ மஹேச்'வரோ
தீனாவனோத்யுக்த திவ்யதரோ
திவ்யௌகாதி ஸகல தேஹ தரோ
மானஸானந்தகர சதுரதரோ
மத்குரு வரோ மங்களம் கரோது ஸ்ரீ நாதாதி

ச. மாயாமய விச்'வாதிஷ்டானோ
மாத்மக காதி மதானுஷ்ட்டானோ
மாலினீ மண்டலாந்த விதானோ
மந்த்ராத்யஜபாஹம்ஸத்யானோ
மாயாகார்ய கலனா ஹீனோ
மாமக ஸஹஸ்ர கமலாஸீனோ
மாதுர்ய கானாம்ருத பானோ
மாதவாத்யபய வர ப்ரதானோ
மாயா ச'பளித ப்ரஹ்ம ரூபோ
மாரகோடி ஸுந்தர ஸ்வரூபோ
மதிமதாம் ஹ்ருதய கோபுர தீபோ
மத்த சூ'ராதி ஜய ப்ரதாபோ
மாயா மாளவ கௌளாதி தேச' –
மஹீபதி பூஜித பத ப்ரதேச'
மாதவாத்யமர ப்ருந்த ப்ரகாச'
மஹேச'ஸ்ய மஹார்த்தோபதேச': ஸ்ரீ நாதாதி

22. ச'ரவண பவ

ராகம் : **ரேவகுப்தி** தாளம் : **ரூபகம்**

ப. ச'ரவண பவகுருகுஹம்
ஷண்முகம் பஜேऽஹம் ஸ்ரீ ச'ரவண

அ. வரதாபய கரம் ஸக்த்யாயுத தரகரம்
புருஹூதாதி ஸேவிதம் பாகவதாதி ஸன்னுதம் ச’ரவண

ச. பார்வதீ குமாரம் நவ நந்தனாதி யுததீரம்
நாதாந்த விஹாரம் நத பக்தஜன மந்தாரம்
கர்வித சூ’ராதி ஹரம் கண பதி ஸோதரம் வரம்
வல்லீ தேவஸேனானந்தகரம் சதுரதரம் ச’ரவண

23. தண்டாயுதபாணிம்

ராகம் : **ஆனந்தபைரவி** தாளம் : **ரூபகம்**

ப. தண்டாயுதபாணிம் தண்டித தைத்ய ச்’ரேணிம்
தயா நிதிம் பஜ ரே ஹ்ருதய
ஸததம் ஸுர விநுதம் தண்டாயுத

அ. சண்டாம்சு’ ச’தகோடி ஸங்காச’ம் ஜகதீச’ம்
அகண்ட ரூபம் அண்டஜ மணி மண்டல–மய குண்டலாதி –
மண்டிதாங்க ஸுகுமாரம் கண்டித தாரக ஸுரம்
பண்டித–தர நவவீரம் சண்டிகேசா’வதாரம் தண்டாயுத

ச. மந்தஸ்மித வதனாரவிந்தம் மாதுல கோவிந்தம்
ச’ரணாகத ஸுர ப்ருந்தம் பஹுமானித முனி ப்ருந்தம்
பரிபாலித முசுகுந்தம் ப்ரணத விரிஞ்சி முகுந்தம்
அதரமதுர மகரந்தம் ம்ருதுதர வசனமனிந்தம்
மாயா மூல கந்தம் ஸ்கந்தம் ச’ந்தம்
ப்ருதிவ்யாத்மக கந்தம் ககனாத்மக ஸுமகந்தம்
வாயு–மய தூப கந்தம் வஹ்னி–மய தீப ப்ருந்தம்
அம்ருதாத்மக ரஸ ப்ருந்தம் ஸ்ரீ குருகுஹமானந்தம்

ஸுந்தர கர சரணாரவிந்தம் ரத கஜ துரங்க ப்ருந்தம்
ஸத்ய ஜ்ஞானானந்தம் அதி ஸ்வச்சந்தம் தண்டாயுத

24. பால ஸுப்ரஹ்மண்யம்

ராகம் : **ஸுரடி** தாளம் : **ஆதி**

ப. பால ஸுப்ரஹ்மண்யம் பஜேऽஹம்
பக்த கல்ப பூருஹம் ஸ்ரீ பால

அ. நீல கண்ட்ட ஹ்ருதானந்தகரம்
நித்ய சு'த்த புத்த முக்தாம்பரம் பால

ச. வேலாயுத தரம் ஸுந்தரம்
வேதாந்தார்த்த போத சதுரம்
ஃபாலாக்ஷ குரு குஹாவதாரம்
பரா ச'க்தி ஸுகுமாரம் தீரம்
பாலித கீர்வாணாதி ஸமூஹம்
பஞ்ச பூத மய மாயா மோஹம்
நீல கண்ட்ட வாஹம் ஸுதேஹம்
நிரதிச'யானந்த ப்ரவாஹம் பால

25. ஸுப்ரஹ்மண்யேன

ராகம் : **சு'த்ததன்யாஸி** தாளம் : **ஆதி**

ப. ஸுப்ரஹ்மண்யேன ரக்ஷிதோऽஹம்
அஷ்டா–தச' லோசனாகண்டேன ஸுப்ரஹ்....

அ. ப்ரப்ரவாமாதி பூஜித பதேன
புரந்தர மனோல்லாஸ கரணேன ஸுப்ரஹ்....

ச. கங்க சை'ல விஹாரேண வரேண
வல்லீ தேவஸேனா ரமணேன
அகார வ்ருத்தேன ஆனந்தேன
போக மோக்ஷ ப்ரதானேன நித்யேன

வேங்கடேச்’வர ஸுபூஜிதேன
விசித்ர விசா’க மஹோத்ஸவேன
சு’க ரஹஸ்ய ப்ரகாச’ குரு குஹேன
க்ருத்திகா ஸுத ச’த்த தன்யேன ஸுப்ரஹ்....

26. ஸ்வாமி நாத

ராகம் : **சல நாட / நாட** தாளம் : **ஆதி**

ப. ஸ்வாமி நாத பரிபாலயாசு’ மாம்
ஸ்வ–ப்ரகாச’ வல்லீச’ குருகுஹ தேவஸேனேச’ ஸ்வாமி

ச. காம ஜனக பாரதீச’ ஸேவித
கார்த்திகேய நாரதாதி பாவித
வாம தேவ பார்வதீ ஸுகுமார
வாரிஜாஸ்த்ர ஸம்மோஹிதாகார
காமிதார்த்த விதரண நிபுண சரண
காவ்ய நாடகாலங்கார பரண
பூமி ஜலக்னி வாயு ககன கிரண
போத ரூப நித்யானந்தகரண ஸ்வாமி

27. ஸ்ரீ ஸுப்ரஹ்மண்யாய

ராகம் : **காம்போஜி** தாளம் : **ரூபகம் / திஸ்ரஏகம்**

ப. ஸ்ரீ ஸுப்ரஹ்மண்யாய நமஸ்தே நமஸ்தே
மனஸிஜ கோடி கோடி லாவண்யாய
தீன ச’ரண்யாய ஸ்ரீ ஸுப்ர...

அ. பூஸுராதி ஸமஸ்த ஜன பூஜிதாப்ஜ சரணாய
வாஸுகி தக்ஷகாதி ஸர்ப்ப ஸ்வரூப தரணாய
வாஸவாதி ஸகல தேவ வந்திதாய வரேண்யாய

தாஸ ஜனாபீஷ்டப்ரத தக்ஷ–
தராக்ரகண்யாய ஸ்ரீ ஸுப்ர...

ச. தாரக ஸிம்ஹ முக சூ'ர பத்மாஸுர ஸம்ஹர்த்ரே
தாப த்ரய ஹரண நிபுண தத்வோபதேச' கர்த்ரே
வீரநுத குரு குஹாய அஜ்ஞான த்வாந்த ஸவித்ரே
விஜய வல்லீ பர்த்ரே ச'க்த்யாயுத தர்த்ரே
தீராய நத விதாத்ரே தேவராஜ ஜாமாத்ரே
பூராதி புவன போக்த்ரே போக
மோக்ஷ ப்ரதாத்ரே ஸ்ரீ ஸுப்ர...

28. ஹரிஹரபுத்ரம்

ராகம் : **வஸந்தா** தாளம் : **கண்ட ஏகம்**

ப. ஹரிஹரபுத்ரம் சா'ஸ்தாரம் ஸதா பஜேऽஹம்
மாயாகார்யம் த்யஜேऽஹம் ஹரி ஹர

அ. முரஹராதி மோஹித சௌ'ரி கிரி விஹாரம்
முரளீ பேரீ வாத்யாதி ப்ரியகரம்
ப்ரார்த்தித புத்ர ப்ரதம் வஸந்தநத ப்ருந்தம்
தீர்காயுஷ்ப்ரதம் தீன ஜன ஃபலப்ரதம் ஹரி ஹர

ச. ஃபால்குன மாஸ பௌர்ணிமாவதாரம்
பாண்ட்ய கேரளாதி தேச' ப்ரபாகரம்
புஷ்ப ச'ரேக்ஷு கார்முக தரம்
ஃபுல்ல கல்ஹார தண்டதரகரம்
கலி யுக ப்ரத்யக்ஷம் தண்டித தக்ஷசி'க்ஷம்
வரகுரு குஹாந்தரங்கம் ரதகஜ துரங்கம் ஹரி ஹர

29. அக்ஷயலிங்கவிபோ

ராகம் : ச'ங்கராபரணம்   தாளம் : மிச்'ரசாபு

ப. அக்ஷயலிங்கவிபோ ஸ்வயம்போ
 அகிலாண்டகோடி ப்ரபோ பாஹி சம்போ   அக்ஷய

அ. அக்ஷர ஸ்வரூப அமித ப்ரதாப
 ஆரூட வ்ருஷவாஹ ஜகன்மோஹ
 தக்ஷ சி'க்ஷண தக்ஷதர ஸுர லக்ஷண
 விதி விலக்ஷண லக்ஷ்ய லக்ஷண
 பஹு விசக்ஷண ஸுதா பக்ஷண
 குரு கடாக்ஷ வீக்ஷண   அக்ஷய

ச. பதரீ வன மூல நாயிகாஸஹித
 பத்ர காளீச' பக்த விஹித
 மதன ஜனகாதி தேவ மஹித
 மாயா கார்ய கலனாரஹித
 ஸதய குரு குஹ தாத குணாதீத
 ஸாது ஜனோபேத ச'ங்கர
 நவனீத ஹ்ருதய விபாத தும்புரு ஸங்கீத
 ஹ்ரீங்கார ஸம்பூத ஹேமகிரி நாத
 ஸதாச்'ரித கல்பக மஹீருஹ
 பதாம்புஜ பவ ரதகஜ துரக—
 பதாதி ஸம்யுத சைத்ரோத்ஸவ
 ஸதாசி'வ ஸச்சிதானந்தமய   அக்ஷய

30. கனகஸபாபதிம்

ராகம் : **மாளவ ஸ்ரீ** தாளம் : **ஆதி**

ப. கனகஸபாபதிம் பஜரே மானஸ
கமனீய சிதம்பர புரி விலஸிதம் கனக

ச. ஸனக ஸனந்தனாதி வினுத பதம்
சி'வ காமேச்'வரீ மனோல்லாஸகரம்
தினகர சந்த்ராக்னி லோசனம்
தீனார்த்தி ஹரம் குரு குஹ முதிதம் கனக

31. காசீ' விச்'வேச்'வர

ராகம் : **காம்போஜி** தாளம் : **அட**

ப. காசீ' விச்'வேச்'வர ஏஹி மாம் பாஹி
கருணாநிதே ஸன்னிதேஹி முதம் தேஹி காசீ'

அ. காசீ' க்ஷேத்ர ஸத்ருசா'திக ஃபலத –
கர்த்த தீரவாஸ பக்த விச்'வாஸ
தேசி'க கடாக்ஷேண தர்சி'த –
தேவதா ஸார்வபௌம மஹாதேவ
தேவ தேவ நுத தேவ ராஜ பூஜித தக்ஷிண காசீ'

ச. பவ ரோக ஹர சதுர வைத்ய லிங்க விபோ
பத்ர தாயகாம்போஜகர விபோ
குவலயாதி பஞ்ச வதன ஸ்வயம்போ
குஷ்ட ரோகாபஹ கர்த்த தீர்த்த ச'ம்போ
ரவி ச'சி' வஹ்னி நேத்ர ஸுசரித்ர
விசா'லாக்ஷீ களத்ர
கவி ஜனாதி ஸன்னுத பாத்ர
கமனீய காத்ர சின்மாத்ர

புவனபரண பூத கண பதே
பவஹர நதவிதி ஸ்ரீபதே
சி'வ குருகுஹ ஜனக பசு'பதே
நவ மணி விலஸித சித்ஸபாபதே காசீ'

32. சந்த்ரசே'கரம்

ராகம் : **மார்க ஹிந்தோளம்** தாளம் : **ஆதி**

ப. சந்த்ரசே'கரம் ஸதா பஜேऽஹம்
சா'ம்பவீ மனோஹரம் ச'ங்கரம் சந்த்ர

அ. இந்த்ராதி தேவ ஸன்னுத பதம்
சிந்தித ஃபலப்ரத குருகுஹநுதம் சந்த்ர

ச. அஷ்டாதச' வாத்யாதி ப்ரியம்
அதி சு'த்த மத்தள வாத்ய ப்ரியம்
ஸங்கீத சா'ஸ்த்ராதி ஸம்யுதம்
ஸன்மார்க ஹிந்தோள ராக நுதம்

அஷ்டஸித்தி தாயகம் முகுந்தம்
அஷ்ட பாச' ஹர தீர்த்த வைபவம்
ஆனந்த கந்தம் ஸோமாஸ்கந்தம்
அஜபா நடனானந்த வைபவம் சந்த்ர

33. சிதம்பர நடராஜ மூர்த்திம்

ராகம் : **தனுகீர்த்தி** தாளம் : **மிச்'ரசாபு**

ப. சிதம்பர நடராஜ மூர்த்திம்
சிந்தயாமி அதனுகீர்த்திம் சிதம்பர

ச. மதம்பா சி'வகாமீபதிம் மதன ஜனக மஹித பசு'பதிம்
வதன கமல குருகுஹவினுதிம் சிதம்பர

34. சிந்தயே மஹாலிங்க மூர்த்திம்

ராகம் : பரஜு தாளம் : ஆதி

ப. சிந்தயே மஹாலிங்க மூர்த்திம்
சித்ரூப ஸ்ஃபூர்த்திம் ஸுகீர்த்திம்   சிந்தயே

அ. ஸந்ததம் மத்யார்ஜுன புரவாஸம்
ப்ருஹத்குசாம்பா ஸஹவாஸம்
அந்தரங்க பக்த ஜனானாம் –
அதி ஸமீப ருஜுமார்க தர்சிதம்
அந்தகாந்தகம் ஆதி தாரகம்
ஹத்யாதி பாப ஹரம் புரஹரம்   சிந்தயே

ச. பாக சா'ஸனாதி தேவ ப்ருந்தம்
பாலித தாஸ ஜனாதி முகுந்தம்
சோ'காதி ஹரண பதாரவிந்தம்
சு'பகரம் கருணா ரஸ கந்தம்
ஸ்ரீ கமலாபுர ஸோமாஸ்கந்தம்
சிதம்பரேச்'வர நடனானந்தம்
ஸ்ரீ காளீச' பைரவ ஸ்பந்தம்
சி'வஸ்வாமி சை'ல குரு குஹ ஸ்கந்தம்   சிந்தயே

35. சி'வ காமேச்'வரம்

ராகம் : ஆரபி தாளம் : ஆதி

ப. சி'வ காமேச்'வரம் சிந்தயாம்யஹம்
சிதானந்த பூஜிதாம்போருஹம்   சி'வ காமே.....

அ. சி'வ காமேச்'வரீ மனோஹரம்
ஸ்ரீ குருகுஹ பக்த வச'ங்கரம்   சி'வ காமே.....

ச. நாதபிந்து கலாரூபமனிச’ம்
நடேச்’வரம் பானு கோடி ஸத்ருச’ம்
நந்தி துரகாரோஹிதம் குரு குஹ மஹிதம்
சிதம்பரபுரீ விலஸிதம் சி’வ காமே.....

36. த்யாகேச’ம் பஜரே

ராகம் : **ருத்ரப்ரியா** தாளம் : **ஆதி**

ப. த்யாகேச’ம் பஜரே ரே மானஸ
தாபார்த்திம் த்யஜரே ரே மானஸ த்யாகேச’ம்

ச. யோகீச’ விஹிதம் போகீச’ மஹிதம்
ஸ்ரீ குருகுஹ விதிதம் ஸுரமுதிதம்
ஸிம்ஹாஸனபதிம் பசு’பதிம் த்யாகேச’ம்

37. நீலகண்ட்ட மஹாதேவ

ராகம் : **வஸந்தா** தாளம் : **ரூபகம்**

ப. நீலகண்ட்ட மஹாதேவ
நிகிலலோக லஸத்ப்ரதாப நீலகண்ட்ட

அ. பால சந்த்ர சே’கர ஹர
பார்வதீ மனோஹர நீலகண்ட்ட

ச. தவளித கைலாஸ க்ஷேத்ர
ஸாமவேத கீதஸ்தோத்ர
அவனி ப்ரஹ்ம கபால க்ஷேத்ர
காம தஹன விசா’ல நேத்ர நீலகண்ட்ட

38. பசு'பதீச்'வரம்

ராகம் : **சி'வ பந்துவராளி** தாளம் : **ஆதி**

ப. பசு'பதீச்'வரம் ப்ரணௌமி ஸததம்
பாலித பக்தம் ஸதா பஜேSஹம் பசு'பதீச்'வரம்

அ. பச்'சிம காச்'மீர ராஜவினுதம்
பன்னகாபரணதரம் ஸுசோ'பிதம் பசு'பதீச்'வரம்

ச. பாக சா'ஸனாதி தேவ ப்ருந்தம்
பஞ்சானனம் ப்ரணத முனி ப்ருந்தம்
பரசி'வ தத்வபோதிதானந்தம்
வர குருகுஹ நுதம் ஸோமாஸ்கந்தம்
சோ'க ஹரம் சு'ப ஃபலப்ரதகரம்
பரசு' ம்ருகதரம் சூ'லாதி தரம்
சு'க சௌ'னகாதி கோஷித –
சி'வ பந்துவராளிராகப்ரியம் அதி சதுரம் பசு'பதீச்'வரம்

39. பஞ்ச பூத கிரணாவளிம்

ராகம் : **கிரணாவளி** தாளம் : **கண்ட ஏகம்**

ப. பஞ்ச பூத கிரணாவளிம் சந்த்ர மௌளிம்
பாவயாமி குருகுஹ தாதம் ஸந்ததம் பஞ்ச பூத

ச. பஞ்சீக்ருத ப்ரபஞ்சாதீதமகணிதம்
ஃபணி ராஜாபரணம் பல்லவ ஜய சரணம்
வாஞ்சித ஃபலப்ரதம் ப்ருஹன்னாயகீச'ம்
ப்ருஹதீச'ம் ஜகதீச'ம் ஸ்வயம்ப்ரகாச'ம் பஞ்ச பூத

40. ப்ருஹதீச்'வரம் பஜ

ராகம் : **நாகத்வனி** தாளம் : **ஆதி**

ப. ப்ருஹதீச்'வரம் பஜரே ரே சித்த
ப்ரஹ்மேந்த்ராதி பூஜிதம் ஸ்ரீ ப்ருஹதீ

அ. ப்ருஹன்னாயகீ மன:ப்ரியகரம்
பக்த ஜனாவன பயஹர நிபுணம் ப்ருஹதீ

ச. யோகி ராஜாத்யர்ச்சித சரணம்
யுகபத்போகாதி ப்ரத நிபுணம்
நாக ராஜ வினுதம் நாகத்வனி –
நாத பிந்து கலாஸ்பதம் வர நிபுணம்
ஸ்ரீ குரு குஹோபசாரிணம்
விசித்ர நாம ரூப ப்ரபஞ்ச தாரிணம்
விச்'வ ஸ்ருஷ்ட்யாதி காரணம்
விசு'த்தி சக்ர ஸ்த்திதம் வினோதகாரிணம் ப்ருஹதீ

41. மார்கஸஹாயேச்'வரம்

ராகம் : **காசீ'ராமக்ரியா** தாளம் : **மிச்'ரசாபு**

ப. மார்கஸஹாயேச்'வரம் பஜேऽஹம்
மரகத வல்லீ மனோல்லாஸகரம் மார்க

ச. துர்கா லக்ஷ்மீ பாரதீபி: பூஜிதம்
தீன ஜனாதி ப்ருந்த ஸேவிதம்
தீர்காயுஷ்ப்ரத க்ருபாலவாலம்
நிர்குண ரஸ பூர்ண ச'ரீரம்
நித்ய குருகுஹானந்த வரம்
விரிஞ்சி புர மத்ய விஹாரம்
வீர ஸிம்ஹ தீர்த்தோபசாரம் மார்க

42. ஸ்ரீ மாத்ரு பூதம்

ராகம் : **கன்னட** தாளம் : **மிச்'ர சாபு**

ப. ஸ்ரீ மாத்ரு பூதம் த்ரிசி'ர கிரிநாதம் ஹ்ருதி சிந்தயே
ஸுகந்தி குந்தளாம்பா ஸமேதம் ஸ்ரீ மாத்ரு

அ. ஸோம ஸகம் நத சு'க ஸனகம்
நள காமாதி விஜய கமனீயாங்கம்
ஸோமம் சி'ரோத்ருத ஸூர்ய கங்கம்
கோமல கர த்ருத குரங்கம்
குரு குஹாந்தரங்க லிங்கம் ஸ்ரீ மாத்ரு

ச. வாஸவாதி தேவ வந்தித சரணம்
வைச்'ய ஜாதி ஸ்த்ரீ வேஷ தரணம்
வாஸு தேவ மஹிதம் பவ தரணம்
வாஸனாதி ரஹிதாந்த:கரணம்
தரஹாஸ த்ரிபுராதி ஹரணம்
வாஸுகி ப்ரமுகாபரணம்
பாஸமான நவாவரணம்
தாஸஜன ஸந்தோஷகரணம்
ஸுவாஸித நவ ஜவந்தி புஷ்ப –
விகாஸ ப்ரிய ஹ்ருதயம் ஸதயம்
மாஸ வர்ஷ பக்ஷோத்ஸவ விபவம்
ஸதாசி'வம் பரம சி'வம் ஸ்ரீ மாத்ரு

43. ஸ்ரீ வைத்ய நாதம்

ராகம் : **அடாணா** தாளம் : **ஆதி**

ப. ஸ்ரீ வைத்ய நாதம் பஜாமி
ச்'ரித ஜன வந்தித பாலாம்பிகேச'ம் ஸ்ரீ வைத்ய

அ. தவளித வைத்ய நாத க்ஷேத்ரம்
தயாஸுதாஸாகரம் த்ரிநேத்ரம்
அவினாச' கைவல்யாதி ப்ரதம்
ஆனந்தகர மூலாதி ப்ரதம் ஸ்ரீ வைத்ய

ச. தேவ ராஜாதி பூஜித பதம்
திவ்யாம்பர தர குருகுஹமுதம்
கவி ஜனாதி நுத ஸோமாஸ்கந்தம்
கமனீய நாத பிந்து கலாஸ்பதம் ஸ்ரீ வைத்ய

பஞ்சபூத ஸ்த்தல லிங்க கீர்த்தனைகள்

44. ஆனந்த நடன ப்ரகாச'ம்

ராகம் : **கேதாரம்** தாளம் : **மிச்'ரசாபு**

ப. ஆனந்த நடன ப்ரகாச'ம் சித்ஸபேச'ம்
ஆச்'ரயாமி சி'வகாம வல்லீச'ம் ஆனந்த

அ. பானுகோடி கோடிஸங்காச'ம்
புக்திமுக்தி ப்ரத தஹராகாச'ம்
தீனஜன ஸம்ரக்ஷண சணம்
திவ்ய பதஞ்ஜலி வ்யாக்ர பாத–
தர்சி'த குஞ்ஜிதாப்ஜ சரணம் ஆனந்த

ச. சீ'தாம்சு' கங்காதரம் நீலகந்தரம்
ஸ்ரீ கேதாராதி க்ஷேத்ராதாரம்
பூதேச'ம் ஸார்த்தூல சர்மாம்பரம் சிதம்பரம்
பூஸுர த்ரிஸஹஸ்ர முனீச்'வரம் விச்'வேச்'வரம்
நவனீத ஹ்ருதயம் ஸதய குருகுஹ மாத்யம்
வேதவேத்யம் வீத ராகிணம

ப்ரமேயாத்வைத ப்ரதிபாத்யம்
ஸங்கீத வாத்ய வினோத தாண்டவ –
ஜாத பஹுதரபேத சோத்யம் ஆனந்த

45. அருணாசல நாதம்

ராகம் : **ஸாரங்கா** தாளம் : **ரூபகம்**

ப. அருணாசல நாதம் ஸ்மராமி அனிச'ம்
அபீத குசாம்பா ஸமேதம் அருணா

அ. ஸ்மரணாத் கைவல்ய ப்ரத சரணாரவிந்தம்
தருணாதித்ய கோடி ஸங்காச' சிதானந்தம்
கருணா ரஸாதி கந்தம்
ச'ரணாகத ஸுரப்ருந்தம் அருணா

ச. அப்ராக்ருத தேஜோமய லிங்கம்
அத்யத்புத கர த்ருத ஸாரங்கம்
அப்ரமேயமபர்ணாப்ஜ ப்ருங்கம்
ஆரூடோத்துங்க வ்ருஷதுரங்கம்
விப்ரோத்தம விசே'ஷாந்தரங்கம்
வீர குருகுஹ தாரப்ரஸங்கம்
ஸ்வப்ரதீப மௌன வித்ருத கங்கம்
ஸ்வப்ரகாச'ஜித ஸோமாக்னி பதங்கம் அருணா

46. சிந்தய மா கந்தமூலகந்தம்

ராகம் : **பைரவி** தாளம் : **ரூபகம்**

ப. சிந்தய மா கந்தமூலகந்தம்
சேத: ஸ்ரீ ஸோமாஸ்கந்தம் சிந்தய

அ. ஸந்ததம் அகண்ட ஸச்சிதானந்தம்
ஸாம்ராஜ்யப்ரத சரணாரவிந்தம் சிந்தய

ச. மங்களகர மந்தஹாஸ வதனம்
மாணிக்யமய காஞ்சீ ஸதனம்
அங்க ஸௌந்தர்ய விஜித மதனம்
அந்தக ஸூதனம் குந்தரதனம்
உத்துங்க கமனீய வ்ருஷ
துரங்கம் பைரவீ ப்ரஸங்கம்
குரு குஹாந்த–ரங்கம் ப்ருத்வீ லிங்கம் சிந்தய

47. ஜம்பூபதே

ராகம் : **யமுனாகல்யாணி** தாளம் : **ரூபகம்**

ப. ஜம்பூபதே மாம்பாஹி நிஜானந்தாம்ருத
போதம் தேஹி ஜம்பூ

அ. அம்புஜாஸனாதி ஸகல தேவநமன
தும்புரு நுத ஹ்ருதய தாபோபச'மன
அம்புதி கங்கா காவேரீ யமுனா
கம்பு கண்ட்யகிலாண்டேச்'வரீ ரமண ஜம்பூ

ச. பர்வதஜா ப்ரார்த்திதாப்லிங்க விபோ
பஞ்சபூதமய ப்ரபஞ்ச ப்ரேபா
ஸர்வ ஜீவ தயாகர ச'ம்போ
ஸாமஜாடவீநிலய ஸ்வயம்போ
ஸர்வ கருணாஸுதா ஸிந்தோ
ச'ரணாகத வத்ஸலார்த்த பந்தோ
அனிர்வசனீய நாத பிந்தோ
நித்ய மௌளி வித்ருத கங்கேந்தோ

நிர்விகல்பக ஸமாதி நிஷ்ட சி'வ கல்பக தரோ
நிர்விசே'ஷ சைதன்ய நிரஞ்ஜன குரு குஹ குரோ ஜம்பூ

48. ஸ்ரீ காளஹஸ்தீச'

ராகம் : **ஹு ஸானி / ஹு ஸேனி** தாளம் : **ஜம்ப**

ப. ஸ்ரீ காளஹஸ்தீச'ச்'ரித ஜனாவன ஸமீராகார
மாம்பாஹி ராஜமௌளே ஏஹி ஸ்ரீ

அ. பாகாரி விதி ஹரி ப்ராணமய கோசா'னிலாகாச' –
பூமி ஸலிலாக்னி ப்ரகாச' சி'வ ஸ்ரீ

ச. ஜ்ஞான ப்ரஸூனாம்பிகாபதே பக்தாபிமான –
தக்ஷிண கைலாஸாபீஷ்ட தான –
சதுர கராப்ஜ தீன கருணா நிதே
ஸூன ஸர ஸூதனாஜ்ஞான ஹர பசு'பதே
ஜ்ஞான குருகுஹ ஸச்சிதானந்த–மய மூர்த்தே
ஹீன ஜாதி கிராதகேன பூஜித கீர்த்தே ஸ்ரீ

திருவாரூர் தியாகராஜர் விபக்தி கீர்த்தனைகள்

49. த்யாகராஜ பாலயாசு'

ராகம் : **கௌளா** தாளம் : **ஆதி**

ப. த்யாகராஜ பாலயாசு'மாம் நித்யானந்தகந்த
ஸோமாஸ்கந்த வீதிவிடங்க த்யாகராஜ

ச. நாகராஜ மணி பூஷாலங்க்ருத
நகராஜ ஸுதார்த்தாங்க கௌளாங்க

போகாதிப்ரத ஸ்ரீநகர ஸ்த்தித
பூஸுராதி நுத வல்மீக லிங்க
ஸ்ரீ குருகுஹ பூஜித வ்ருஷ துரங்க
ச்'ரித ஜன ரக்ஷண நிபுணாந்தரங்க
போகி யுத சரண கரத்ருதகுரங்க
யோகி விதித அஜபாநடனரங்க   த்யாகராஜ

50. த்யாகராஜோ விராஜதே

ராகம் : அடாணா   தாளம் : ரூபகம்

ப. த்யாகராஜோ விராஜதே மஹாராஜ ஸ்ரீ
    த்யாகராஜோ விராஜதே ஸ்ரீமத்   த்யாக

அ. வாகர்த்தமய புவன ராஜோ
    ஹா வாஞ்சிதார்த்த ப்ரத ராஜோ
    ஹர ஸ்ரீ குருகுஹ கணேச' ராஜோ
    ஸம்ஸேவித ராஜாதிராஜோ அஜோ
    நாகர கண்டாக்ய புராண ப்ரதிபாதித ராஜோ
    யோகினீ கணராஜோ யோகிராஜ ராஜ ஸ்ரீ   த்யாக

ச. கலிராஹித்ய நகரவாஸோ
    நீலோத்பல நாயிகா ஸஹவாஸோ
    அதி லலித ஹம்ஸ லாஸ்யோல்லாஸோ
    அகிலாகம சி'ரோநுத விலாஸோ
    அதி விலஸித ஹாடகாவபாஸோ
    அனேக லீலா விசித்ர விகாஸோ
    ரக்தோத்பல குஸுமாதி விச்'வாஸோ
    பரிபாலித ஹரி ஹயாதி தாஸோ
    நிர்மலஹ்ருதய ராஜஹம்ஸோ மஹாபரமஹம்ஸோ
    நிச்'சல தத்வ ப்ரசம்ஸ ச'சி'கலாவதம்ஸ: ஸ்ரீ   த்யாக

51. த்யாகராஜம் பஜரே

ராகம் : **யதுகுல காம்போஜி** தாளம் : **மிச்’ரசாபு**

ப. த்யாகராஜம் பஜரே ரே சித்த தாபத்ரயம் த்யஜேரே த்யாக

அ. யோகி ராஜ ஹ்ருதயாப்ஜ நிலயம்
போகி ராஜ நுத சரண கிஸலயம்
நாகராஜ மணிவலயம்
ரஜதாகராஜம் முக குவலயம் த்யாக

ச. பௌலோமீசா’தி திக்பாலபூஜித காத்ரம்
நீலோத்பலாம்பானுகூலதர களத்ரம்
த்ரைலோக்ய குரு குஹதாதம் த்ரிநேத்ரம்
ஸாலோகாதி கைவல்ய ப்ரத சரித்ரம்
நீல கண்ட்டமனேக ஃபலதம்
சூ’ல பாணிமசோ’க சு’பதம்
மூல பூதமமூல்ய வரதம்
காலகாலமகண்ட ஸுகதம்

52. த்யாகராஜேன ஸம்ரக்ஷிதோऽஹம்

ராகம் : **ஸாளக பைரவி** தாளம் : **ஆதி**

ப. த்யாகராஜேன ஸம்ரக்ஷிதோऽஹம்
தயா ஸுதா ஸாகரேண ஸ்ரீ த்யாக

அ. யாகசா’லாதி மஹோத்ஸவேன
யதிவராத்யுபாஸிதேன பவேன
போகபோக்ய ப்ரபஞ்சோத்பவேன
புக்தி முக்தி ப்ரத பரம சி’வேன த்யாக

ச. ஸ்ரீ ரமணாதி பூஜித சரேணன
ஸ்ருஷ்ட்யாதி பஞ்ச க்ருத்ய கரணேன

ஹார கடக மகுடாதி பரணேன
ஹாடக க்ஷேத்ராதிகரணேன
வீர கட்க கேடாதி தரணேன
விகல்ப விரஹிதாந்த:கரணேன
மாரகால த்ரிபுராதி ஹரணேன
மஹாதேவ குருகுஹ ஸ்மரணேன த்யாக

53. த்யாகராஜாய நமஸ்தே

ராகம் : **பேகடா** தாளம் : **ரூபகம்**

ப. த்யாகராஜாய நமஸ்தே நமஸ்தே
காத்யாயனீபதே பசு'பதே ஸிம்ஹாஸனபதே த்யாக

அ. வாகீசா'த்யகில தேவ வந்தித பத பங்கஜாய
யோகீச்'வர மானஸ ஸம்யுக்த வதன வாரிஜாய
போக மோக்ஷதான வாமபாக ஸ்த்தித சை'லஜாய
யோக குரு குஹாத்மஜாய த்யாக த்வஜாய அஜாய த்யாக

ச. முகுந்தாதி பூஜித ஸோமாஸ்கந்த மூர்த்தயே
முசுகுந்தாதி பக்த ஜன மனோரத பூர்த்தயே
முகுர பிம்ப ப்ரதிபிம்பித முக ஸ்ஃபூர்த்தயே
முனி பக்ஷி ம்ருக கீடாதி முக்தி ப்ரத கீர்த்தயே
ஸகலாகம மந்த்ர தந்த்ர ஸாரஜ்ஞானுரக்தயே
அகதாதி த்ரிரேகாத்மகாதார ப்ரவ்ருத்தயே
ஸகல நிஷ்கள ஸ்வரூப ஸச்சித்ஸுக வ்யாப்தயே
விகல்ப பேத யுக்தயே விடங்க ரூப ச'க்தயே த்யாக

54. த்யாகராஜாதன்யம் ந ஜானே

ராகம் : **தர்பார்** தாளம் : **ஆதி**

ப. த்யாகராஜாதன்யம் ந ஜானே
குருகுஹாதி ஸமஸ்த தேவதா ஸ்வரூபிண: ஸ்ரீ த்யாக

அ. ராகாதி வ்ருத்தி ரஹித ஸ்வானுபோகானந்த
ஸ்ஃபூர்தி விசே'ஷாத் –
பூ கந்தவாஹ வஹ்னி ஜல ககன
புஷ்பவத்யஜ்வ(மய) மூர்த்தே: ஸ்ரீ த்யாக

ச. ஸத்வ ரஜஸ்தமோ குணாதீத
ஸத்ய ஜ்ஞானானந்த ரூபிணோ
த்வித்வாதி பேத கர்த்தன பரமாத்வைத
ஸ்வாத்மானந்த ரூபிணோ
த்ரித்வ பரிச்சேத ராஹித்ய த்ரைபத
பரமாத்வைத ரூபிணோ
தத்வம் பதார்த்த சோ'தன சே'ஷித
தத்பத லக்ஷ்யார்த்த ஸ்வரூபிணோ
தத்வ ஸமஷ்டி வ்யஷ்டி ரூபலய தாரக
ப்ரஹ்ம ரூபாத்மனோ
தத்வம் ஸ்வாதிரிக்தஸ்ஸஹன
தத்ஸக்தமான ரூபாத்மன: ஸ்ரீ த்யாக

55. ஸ்ரீ த்யாகராஜஸ்ய பக்தோபவாமி

ராகம் : **ருத்ரப்ரியா** தாளம் : **மிச்'ரசாபு**

ப. ஸ்ரீ த்யாகராஜஸ்ய பக்தோபவாமி
கிஞ்சிதஜ்ஞோऽப்யேதாऽஹம் ஸர்வஜ்ஞேவாஸ்மி ஸ்ரீ

அ. காத்யாயனீ மோஹிதஸ்வரூபஸ்ய
காமாதி வ்ருத்தி ஹரண ப்ரதாபஸ்ய
பூத்யாபரணாலங்க்ருத காத்ரஸ்ய
புத்தசு'த்த நித்யானந்த மாத்ரஸ்ய ஸ்ரீ

ச. அமரேசா'தி பூஜித ஸாயங்காலஸ்ய
அதி சு'த்த மத்தளாதி வாத்ய லீலஸ்ய
நவ நந்த்யாதி பக்த ஜன பாலஸ்ய
நத ஸுராஸுர ஸம்ஹதி ஜாலஸ்ய
கமலகல்ஹார மாலஸ்ய காஞ்சன மணிமய சேலஸ்ய
கமனீய குரு குஹ மூலஸ்ய கமலாபுர க்ருத லீலஸ்ய
விமல ருத்ர கணிகா நர்த்தன –
வினோத பேத மோதகரஸ்ய
கமல விடம்பன கரஸ்ய
ச'ங்கரஸ்ய புரஹரஸ்ய ஹரஸ்ய ஸ்ரீ

56. த்யாகராஜே க்ருத்யாக்ருத்யம்

ராகம் : ஸாரங்கா   தாளம் : ஜம்ப

ப. த்யாகராஜே க்ருத்யாக்ருத்யமர்பயாமி
விதேஹ கைவல்யம் யாமி   த்யாக...

அ. போக யோகாத்மகே புக்தி முக்த்யாத்மகே
த்யாகராகாத்மகே தத்வம் பராத்மகே   த்யாக...

ச. ப்ரக்ருதி புருஷாத்மகே பஞ்ச பூதாத்மகே
ப்ரக்ருதி விக்ருதாத்மகே பஞ்சீக்ருதாத்மகே
ஸுக்ருதி ஹ்ருதயாத்மகே ஸூர்ய சந்த்ராத்மகே
விக்ருதி பேதாத்மகே விச்'வேச்'வராத்மகே
ஸுக்ருதி பூர்ணாத்மகே ஸுரகுரு குஹாத்மகே
ஸக்ருதஸக்ருதாத்மகே ஸச்சித்ஸுகாத்மகே ஸ்ரீ   த்யாக...

57. வீரவஸந்தத்யாகராஜ

ராகம் : **வீரவஸந்தம்** தாளம் : **ஆதி**

ப. வீரவஸந்தத்யாகராஜ
தாரயாசு' கருணாநிதே ஜய வீர

அ. மார ஜனக பூஜித மஹாதேவ
மானிதாஜபாநடன ப்ரபாவ வீர

ச. தினகர ச'சி' தேஜோமய லோசன
தேவ ராஜ முனி சா'ப விமோசன
வனஜ வதன கமலாநகர ஸதன
வல்மீகேச்'வர பக்த ஜனாவன
கனக ரத்ன ஸிம்ஹாஸனாபரண
கணபதி குருகுஹஜனக பவ தரண
ஜனனாத் கைவல்ய தாயக சரண
ஜனனீ ஸ்ரீ கமலாம்பிகா ஸ்மரண வீர

58. கோவர்த்தன கிரீச'ம்

ராகம் : **ஹிந்தோளம்** தாளம் : **ரூபகம்**

ப. கோவர்த்தன கிரீச'ம் ஸ்மராமி அனிச'ம்
கோபிகாதி மனோஹரம்
கர்வித கம்ஸாதி ஹரம் கோவர்த்தன

ச. கோவிந்த நாம ஸாரம் கஜேந்த்ர ரக்ஷண தீரம்
கவி ஜன ஹ்ருன்மந்தாரம் கனக ஜித ஸுச'ரீரம்
ரவி ச'சி' நயன விலாஸம் ரமணீய முகாபாஸம்
சி'வ கணாதி விச்'வாஸம்
ஸ்ரீ குருகுஹ மனோல்லாஸம் கோவர்த்தன

59. சேத ஸ்ரீ பால க்ருஷ்ணம்

ராகம் : **ஜுஜாவந்தி** தாளம் : **ரூபகம்**

ப. சேத ஸ்ரீ பால க்ருஷ்ணம் பஜ ரே
சிந்திதார்த்த ப்ரத சரணாரவிந்தம் முகுந்தம் சேத

அ. நூதன நீரத ஸத்ருச' ச'ரீரம் நந்த கிசோ'ரம்
பீத வஸன தரம் கம்பு கந்தரம் கிரி தரம்
பூதனாதி ஸம்ஹாரம் புருஷோத்தமாவதாரம்
சீ'தள ஹ்ருதய விஹாரம் ஸ்ரீ ருக்மிணீதாரம் சேத

ச. நவனீத கந்தவாஹ வதனம் ம்ருது கதனம்
நளின பத்ர நயனம் வட பத்ர ச'யனம்
நவ சம்பக நாஸிகம் அதஸீ ஸும வாஸகம்
நதேந்த்ராதி லோக பாலகம் ம்ருக மத திலகம்
நவ துலஸீ வனமாலம் நாரதாதி முனி ஜாலம்
குவலயாதி பரிபாலம் குரு குஹ நுத கோபாலம் சேத

60. சே'ஷாசல நாயகம்

ராகம் : **வராளி** தாளம் : **ரூபகம்**

ப. சே'ஷாசல நாயகம் பஜாமி
விசே'ஷ ஃபல ப்ரதாயகம் சே'ஷாசல

அ. பாஷாரமண ப்ரப்ருத்யசே'ஷாமர நுத –
கௌஸ்துப பூஷாலங்க்ருத –
பஹுதர வேஷாத்மக விக்ரஹம் சே'ஷாசல

ச. மந்தஹாஸ வதனம் ஸ்வச்சந்த ஹ்ருதயஸதனம்
ஸுந்தர ஜித மதனம் முகுந்தம் மதுஸூதனம்
அர–விந்த பத்ர நயனம் கோ–விந்தமுரக ச'யனம்
ஸுர ப்ருந்த ஸத்க்ருதாத்யயனம் நந்த நாராயணம்

புரந்தராதி திக்பால –
ஸனந்தனாதி முனி வராளி வந்திதம்
அபினவ குரு குஹ நந்திதம் அனந்த கீர்த்திம் சே’ஷாசல

61. தாச’ரதே

ராகம் : **ச’ங்கராபரணம்** தாளம் : **திஸ்ர ஏகம்**

தாச’ரதே தீன தயாநிதே தானவ பீகர தாமோதர
கேச’வ மாமவ ஸீதாதவ கேயூர ஹார ரகுவீர
கோமல பாதாப்ஜ கோதண்ட ராம
ச்’யாமல விக்ரஹ ஸம்பூர்ண காம
நாமகீர்த்தனே ஸதாமோத
நாரத வீணாஹ்லாதாஹ்லாத தாச’

62. தீனபந்தோ

ராகம் : **ச’ங்கராபரணம்** தாளம் : **திஸ்ர ஏகம்**

தீனபந்தோ தயாஸிந்தோ தீமணே
மே முதம் தேஹி ஸதா தேஹி
ஜானகீ நாயகாம்போஜானன
ஸாது ஸம்ரக்ஷணாபாங்காகில –
தேவதா ஸார்வபௌமாதி வந்த்ய
குருகுஹ–நுத தீனபந்தோ

63. நரஹரிமாச்’ரயாமி

ராகம் : **ஜய சு’த்த மாளவி** தாளம் : **த்ரிபுட**

ப. நரஹரிமாச்’ரயாமி ஸததம்
நாரதாதி முனி வினுதம் ஸ்ரீ நரஹரிம்

ச. பரம பாகவத ப்ரஹ்லாத வரதம் ஜய சு'த்த மாளவீ –
குரு பாஞ்சாலாதி விஹாரம்
குரு குஹ மோதிததீரம் நரஹரிம்

64. பன்னக ச'யன

ராகம் : **மத்யமாவதி** தாளம் : **ஆதி**

ப. பன்னக ச'யன பத்மநாப
பரிபாலய மாம் பங்கஜநாப பன்னக

அ. உன்னத பாண்ட்ய கேரள நிவாஸ
ஸ்ரீ நிவாஸ சிதானந்த விலாஸ பன்னக

ச. பாயஸான்ன ப்ரியகர ஸ்ரீகர
பரசு' ராம க்ஷேத்ர ப்ரபாகர
பரம பக்த ப்ரஹ்லாதாதி வினுத
ப்ரஸித்த குரு குஹ ஹிதோபதேச'
மாயாதீத மந்தர கிரிதர
கர த்ருத ச'ங்க சக்ர கதாதி தர
தோயஜாஸனாதி ஸம்ஸேவித
தாமோதர தயாகர வரதகர பன்னக

65. பால கோபால

ராகம் : **பைரவி** தாளம் : **ஆதி**

ப. பால கோபால பாலயாசு'மாம்
பக்த வத்ஸல க்ருபா ஜலதே ஹரே பால

அ. நீல நீரத ச'ரீர தீர–தர நீரஜ கர நிருபமானந்த–கர
லீலயா கோப வேஷ தர முரளீதர
ஸ்ரீதர தாமோதர வர பால

ச. சாணூர மல்ல ஹரண நிபுண–தர
சரண நிஹத ச'கடாஸுர முரஹர
மாணிக்ய மகுட ஹார வலய தர
மத்தேப கும்ப பேதன படுதர

வாணீசா'ர்ச்சித பீதாம்பர தர
வைஜயந்தீ வன மாலா தர
ஆணவாதி விஜய மானஸாகர
அபஹத கம்ஸாஸுர நத பூஸுர

த்ரோண கர்ண துர்யோதனாதி ஹர
த்ரெளபதீ மான ஸம்ரக்ஷண–கர
வைணிக காயக குருகுஹ நுத
புர வைரி விஹித கோபிகா மனோஹர பால

66. பால க்ருஷ்ணம் பாவயாமி

ராகம் : **கோபிகாவஸந்தம்** தாளம் : **ஆதி**

ப. பால க்ருஷ்ணம் பாவயாமி
பல ராமானுஜம் வஸுதேவஜம் பால

அ. நீல மேக காத்ரம் ஸ்துதி பாத்ரம்
நித்யானந்த கந்தம் முகுந்தம் பால

ச. கமலலோசனம் கர்மமோசனம்
கபட கோபிகா வஸந்தம்
அமரார்ச்சித சரணம் பவ தரணம்
அர்ஜுன ஸாரதிம் கருணா நிதிம்

மமதா ரஹிதம் குரு குஹ விஹிதம்
மாதவம் ஸத்ய பாமாதவம்
கமலேச'ம் கோகுல ப்ரவேச'ம்
கம்ஸ பஞ்ஜனம் பக்த ரஞ்ஜனம் பால

67. பாஹிமாம் ஜானகீ வல்லப

ராகம் : **ச'ங்கராபரணம்** தாளம் : **திஸ்ர ஏகம்**

பாஹிமாம் ஜானகீ வல்லப ஸ்ரீ ஹரே
பாரதீச' ப்ரியானந்த மூர்த்தே
தேஹி மே ஸம்பதம் தீன சிந்தாமணே
தேவ தேவோத்தமானந்த கீர்த்தே
ஏஹி காகுத்ஸ்த்த கோதண்டஹஸ்த
ஈப்ஸிதார்த்த ப்ரதாஹ்லாத மூர்த்தே சித்த

68. மாமவ பட்டாபிராம

ராகம் : **மணிரங்கு** தாளம் : **மிச்'ர சாபு**

ப. மாமவ பட்டாபிராம
ஜய மாருதி ஸன்னுத நாம ராம மாமவ

அ. கோமல–தர பல்லவ பத கோதண்ட ராம
கன ச்'யாமள விக்ரஹாப்ஜ நயன
ஸம்பூர்ண காம ரகு ராம கல்யாண ராமசந்த்ர மாமவ

ச. ச'த்ர சாமர கர த்ருத பரத லக்ஷ்மண –
ச'த்ருக்ன விபீஷண ஸுக்ரீவ ப்ரமுகாதி ஸேவித
அத்ரி வஸிஷ்ட்டாத்யனுக்ரஹ பாத்ர தச'ரத புத்ர
மணிரங்க வல்யாலங்க்ருத – நவ ரத்ன மண்டபே –
விசித்ர மணிமய ஸிம்ஹாஸனே –
ஸீதயா ஸஹ ஸம்ஸ்த்தித ஸுசரித்ர
பரம பவித்ர குரு குஹ மித்ர
பங்கஜ மித்ர வம்ச' ஸுதாம்புதி சந்த்ர
மேதினீ பால ராம சந்த்ர மாமவ

69. ரங்க நாயகம்

ராகம் : **நாயகி** தாளம் : **ஆதி**

ப. ரங்க நாயகம் பாவயே ஸ்ரீ
ரங்க நாயகீ ஸமேதம் ஸ்ரீ ரங்க

அ. அங்கஜ தாதமனந்தமதீதம்
அஜேந்த்ராத்யமர நுதம் ஸததம்
உத்துங்க விஹங்க துரங்கம்
க்ருபாங்கம் ரமாந்தரங்கம் ஸ்ரீ ரங்க

ச. ப்ரணவாகார திவ்ய விமானம்
ப்ரஹ்லாதாதி பக்தாபிமானம்
கணபதி ஸமான விஷ்வக்ஸேனம்
கஜ துரக பதாதி ஸேனம்
தின மணி குல பவ ராகவாராதனம்
மாமக விதேஹ முக்தி ஸாதனம்
மணிமய ஸதனம் ச'சி' வதனம்
ஃபணிபதி ச'யனம் பத்ம நயனம்
அகணித ஸுகுண கண நத விபீஷணம்
கனதர கௌஸ்துப மணி விபூஷணம்
குணி ஜன க்ருத வேத பாராயணம்
குருகுஹ முதித நாராயணம் ஸ்ரீ ரங்க

70. ரங்கபுரவிஹார

ராகம் : **ப்ருந்தாவனஸாரங்கா** தாளம் : **ரூபகம்**

ப. ரங்கபுரவிஹார ஜய கோதண்ட –
ராமாவதார ரகுவீர ஸ்ரீ ரங்க

அ. அங்கஜ ஜனக தேவ ப்ருந்தாவன
ஸாரங்கேந்த்ர வரத ரமாந்தரங்க

ச்'யாமலாங்க விஹங்க துரங்க
ஸதயாபாங்க ஸத்ஸங்க   ரங்க

ச. பங்கஜாப்த குல ஜல நிதி ஸோம வர பங்கஜ முக பட்டாபிராம
பத பங்கஜ ஜித காம ரகு ராம வாமாங்க கத ஸீதா வர வேஷ
சே'ஷாங்க ச'யன பக்த ஸந்தோஷ
ஏணாங்க ரவி நயன ம்ருதுதர பாஷ
அகளங்க தர்ப்பண கபோல விசே'ஷ முனி –
ஸங்கட ஹரண கோவிந்த வேங்கட ரமண முகுந்த
ஸங்கர்ஷண மூல கந்த ச'ங்கர குரு குஹானந்த   ரங்க

71. ராம சந்த்ரம் பாவயாமி

ராகம் : **வஸந்தா**   தாளம் : **ரூபகம்**

ப. ராம சந்த்ரம் பாவயாமி
ரகுகுலதிலகம் உபேந்த்ரம்   ராம

அ. பூமிஜா நாயகம் புக்தி முக்தி தாயகம்
நாம கீர்த்தன தாரகம் நரவரம் கதமாயிகம்   ராம

ச. ஸாகேத நகரே நிவஸந்தம் ஸாம்ராஜ்ய ப்ரத ஹனுமந்தம்
ராகேந்து வதனம் பகவந்தம் ரமணீய கல்யாண குணவந்தம்
காகுத்ஸ்த்தம் தீமந்தம் கமலாக்ஷம் ஸ்ரீமந்தம்
நாகேச' நுதமனந்தம் நரகுருகுஹ விஹரந்தம்   ராம

72. ராமசந்த்ரம் ராஜீவாக்ஷம்

ராகம் : **ச'ங்கராபரணம்**   தாளம் : **சதுரச்'ர ஏகம்**

ராமசந்த்ரம் ராஜீவாக்ஷம்
ச்'யாமளாங்கம் சா'ச்'வத கீர்த்திம்
கோமல ஹஸ்தம் கோஸலராமம்
மாமக ஹ்ருத்கமலாகாரம் தம்
மாருதி யுக்தம் தீமந்தம் மானித பக்தம் ஸ்ரீமந்தம்

கௌமார வரம் குருகுஹ மித்ரம்
காருண்ய நிதிம் தச'ரத புத்ரம்
பூமிஸுதாபம் பூபதிரூபம் கோமல பல்லவபாதம் மோதம்
காம குரும் ஸீதாராமம் கௌஸ்துப பூஷம் வந்தேऽஹம்

73. ஸந்தான ராம ஸ்வாமினம்

ராகம் : **ஹிந்தோள வஸந்தம்** தாளம் : **ஆதி**

ப. ஸந்தான ராம ஸ்வாமினம்
ஸகுண நிர்குண ஸ்வரூபம் பஜரே ஸந்தான

அ. ஸந்ததம் யமுனாம்பாபுரி நிவஸந்தம்
நதஸந்தம் ஹிந்தோள –
வஸந்த மாதவம் ஜானகீ தவம்
ஸச்சிதானந்த வைபவம் சி'வம் ஸந்தான

ச. ஸந்தான ஸௌபாக்ய விதரணம்
ஸாதுஜன ஹ்ருதய ஸரஸிஜ சரணம்
சிந்தாமண்யாலங்க்ருத காத்ரம்
சின்மாத்ரம் ஸூர்ய சந்த்ர நேத்ரம்
அந்தரங்க குருகுஹ ஸம்வேத்யம்
அந்ருத ஜட து:கரஹிதமனாத்யம் ஸந்தான

74. ஸௌந்தரராஜமாச்'ரயே

ராகம் : **ப்ருந்தாவனி** தாளம் : **ரூபகம்**

ப. ஸௌந்தரராஜமாச்'ரயே
கஜ ப்ருந்தாவன ஸாரங்க வரதராஜம் ஸௌந்தர

அ. நந்த நந்தனராஜம் நாகபத்தன ராஜம்
ஸுந்தரி ரமாராஜம் ஸுரவினுதமஹிராஜம்
மந்தஸ்மித முகாம்புஜம் மந்தரதர கராம்புஜம்
நந்தகர நயனாம்புஜம் ஸுந்தரதர பதாம்புஜம் ஸௌந்தர

ச. ச'ம்பர வைரி ஜனகம் ச'ன்னுத சு'க செள'னகம்
அம்பரீஷாதி விதிதம் அனாதி குருகுஹ முதிதம்
அம்புஜாஸனாதி நுதம் அமரேசா'தி ஸன்னுதம்
அம்புதி கர்வ நிக்ரஹம் அன்ருத ஜட துக்காபஹம்
கம்புவிடம்பன கண்ட்டம் கண்டீ-க்ருத தச' கண்ட்டம்
தும்புரு நுத ஸ்ரீ கண்ட்டம்
துரிதாபஹ வைகுண்ட்டம் ஸௌந்தர

75. ஸ்ரீ க்ருஷ்ணோ மாம் ரக்ஷது

ராகம் : **நாஸாமணி** தாளம் : **ரூபகம்**

ப. ஸ்ரீ க்ருஷ்ணோ மாம் ரக்ஷது
குருகுஹானந்தோ வர: ஸ்ரீ க்ருஷ்ணோ

அ. ஸக்ருதாராதித தோஷ:
ஸகல ஸுரப்ருந்த வந்தித: ஸ்ரீ க்ருஷ்ணோ

ச. வஸுதேவ ஸுதோ வரதோ காஞ்சீ நகர விஹாரோ
கம்ஸ சாணூர மர்த்தகோ கௌந்தேயஹித போதகோ
நாஸாமணீ தரோ நவனீதசோர தீரோ
நவ நவ கோபஸ்த்ரீ ராஸ க்ரீடா –
வேஷ தரோ ஹரி: ஸ்ரீ க்ருஷ்ணோ

76. ஸ்ரீ ராஜகோபாலபால

ராகம் : **ஸாவேரி** தாளம் : **ஆதி**

ப. ஸ்ரீ ராஜகோபாலபால
ச்'ருங்கார லீல ச்'ரித ஜன பால ஸ்ரீ ராஜ

அ. தீராக்ரகண்ய தீன ச'ரண்ய
சாரு சம்பகாரண்ய தக்ஷிணத்வாரகாபுரி நிலய
விசி'ஷ்டாத்வைதாத்வைதாலய மாம்பாலய ஸ்ரீ ராஜ

ச. ஸ்மேரானன ஸேவக சதுரானன நாராயண
தாரக திவ்ய நாம பாராயண க்ருத –
நாரதாதி நுத ஸாரஸபாத ஸதாமோத நாரீ வேஷ தர
வாமபாக முராரே ஸ்ரீ வித்யா ராஜ ஹரே
ஸ்ரீ ருக்மிணீ ஸத்யபாமாச்’ரித
பார்ச்’வ யுகள கம்புஜயகள
நீர ஸம்பூர்ண ஹரித்ரா நதீ –
தீர மஹோத்ஸவ வைபவ மாதவ
மாரஜனக நத சு’கஸனக ஜனக
வீர குரு குஹ மஹித ரமாஸஹித ஸ்ரீ ராஜ

77. ஸ்ரீ லக்ஷ்மீ வராஹம்

ராகம் : **ஆபோகி** தாளம் : **ஆதி**

ப. ஸ்ரீ லக்ஷ்மீ வராஹம் பஜே஽ஹம்
ஸ்ரீ லக்ஷ்மீ ஸஹிதம் ச்’ரித ஜன சு’பப்ரதம் ஸ்ரீ லக்ஷ்மீ

அ. நீல மேக ஜய ச்’யாமல காத்ரம்
நீலா பூதேவீ ஸ்துதி பாத்ரம்
நீல கண்ட்ட சி’வ குரு குஹ மித்ரம்
நிகில பக்த ஜன பயார்த்தி தாத்ரம் ஸ்ரீ லக்ஷ்மீ

ச. மங்களாலயாபோகி நுதபதம்
புங்கவ புத ஜன நதம் வேதநுதம்
ச’ங்கர ப்ரியகரம் குபேர ப்ரதிஷ்ட்டிதம்
ச’ங்கசக்ரதரம் க்ருபாகரம்
பங்கஜாஸன ப்ரமுக ஸேவிதம்
பங்கஜ முக பார்கவீ பாவிதம்
பங்கஹர தாம்ரபர்ணீ தீரஸ்த்தம்
ஸங்கடஹர ஸதானந்த ஸஹிதம் ஸ்ரீ லக்ஷ்மீ

78. ஸ்ரீ வேங்கட கிரீச'மாலோகயே

ராகம் : **ஸுரடி** தாளம் : **ஆதி**

ப. ஸ்ரீ வேங்கட கிரீச'மாலோகயே
விநாயக துரகாரூடம் ஸ்ரீ வேங்கட

அ. தேவேச' பூஜித பகவந்தம்
தினகர கோடி ப்ரகாச'வந்தம்
கோவிந்தம் நத பூஸுர ப்ருந்தம்
குரு குஹானந்தம் முகுந்தம் ஸ்ரீ வேங்கட

ச. அலமேலு மங்கா ஸமேதம் அனந்த பத்மநாபமதீதம்
கலியுக ப்ரத்யக்ஷ விபாதம் கஞ்ஜஜாதி தேவோபேதம்
ஜலதர ஸன்னிப ஸுந்தர காத்ரம்
ஜலருஹமித்ராப்ஜச'த்ரு நேத்ரம்
கலுஷாபஹ கோகர்ண க்ஷேத்ரம்
கருணா ரஸ பாத்ரம் சின்மாத்ரம் ஸ்ரீ வேங்கட

79. ஸ்ரீ ஸத்ய நாராயணம்

ராகம் : **சி'வ பந்துவராளி** தாளம் : **ரூபகம்**

ப. ஸ்ரீ ஸத்ய நாராயணம் உபாஸ்மஹே நித்யம்
ஸத்ய ஜ்ஞானானந்தமயம்
ஸர்வம் விஷ்ணுமயம் ஸ்ரீ ஸத்ய

அ. வாஸவாதி பூஜிதம் வரமுனிகண பாவிதம்
தாஸஜன பரிபாலிதம் பாஸமான பதரீ ஸ்த்திதம் ஸ்ரீ ஸத்ய

ச. வைச்'ய ஜாதி காரணம் வடுவேஷ தாரிணம்
கலியுக ப்ரஸன்னம் வஸுப்ரதான நிபுணம்
மத்ஸ்ய கூர்ம வராஹாதி தசா'வதார ப்ரபாவம்
ச'ங்க சக்ராப்ஜ ஹஸ்தம்
குரு குஹ நுத ப்ரஸித்தம் ஸ்ரீ ஸத்ய

80. பவனாத்மஜம்

ராகம் : **ச'ங்கராபரணம்** தாளம் : **ஆதி**

ப. பவனாத்மஜம் பஜரே சித்த
பரம சா'ந்தம் ஸூர குருகுஹ மஹிதம் பவனாத்

ச. புவனத்ரய வ்யாபகம் அதிலலிதம்
பூஸுராதி ஸேவித ராமதூதம்
ச்'ரவண ராம நாம ப்ரபாவம்
சா'ஸ்வத ஸஞ்ஜீவின்யெளஷத கரம் பவனாத்

81. அகிலாண்டேச்'வரி ரக்ஷமாம்

ராகம் : **ஜுஜாவந்தி** தாளம் : **ஆதி**

ப. அகிலாண்டேச்'வரி ரக்ஷமாம்
ஆகம ஸம்ப்ரதாய நிபுணே ஸ்ரீ அகிலா....

அ. நிகில லோக நித்யாத்மிகே விமலே
நிர்மலே ச்'யாமலே ஸகலகளே அகிலா....

ச. லம்போதர குரு குஹ பூஜிதே
லம்பாலகோத்பாஸிதே ஹஸிதே
வாக்தேவதாராதிதே வரதே
வர சை'ல ராஜ நுதே சா'ரதே
ஜம்பாரி ஸம்பாவிதே ஜனார்த்தனயுதே
ஜுஜாவந்தி ராகநுதே
ஜல்லீ மத்தள ஜர்ஜர வாத்ய நாத முதிதே
ஜ்ஞான ப்ரதே அகிலா....

82. அபயாம்பா ஜகதம்பா

ராகம் : **கல்யாணி** தாளம் : **ஆதி**

ப. அபயாம்பா ஜகதம்பா ரக்ஷது
ஆத்மரூப ப்ரதி பிம்பா மதம்பா அபயா

அ. இப வதன ஸ்ரீ குரு குஹ ஜனனீ
ஈச' மாயூரநாத ரஞ்ஜனீ
அபய வரதபாணீ அலிவேணீ
ஆச்'ரித மாவாணீ கள்யாணீ அபயா

ச. பக்த நாகலிங்க பரிபாலினீ
பாஸமான நவரத்னமாலினீ
வ்யக்த ஸமஸ்த ஜகத்விசா'லினீ
வ்யதிகரண ஹரண நிபுண சூ'லினீ
ரக்த ஸுக்ள மிச்'ர ப்ரகாசி'னீ ரவி கோடி கோடி ஸங்காசி'னீ
பக்தி முக்தி மானஸ நிவாஸினீ பாவராகதாள விச்'வாஸினீ
புக்தி ஃபல ப்ரத தக்ஷ ம்ருடானீ பக்திப்ரத நிபுணதர பவானீ
ச'க்தி ஸம்ப்ரதாயக ச'ர்வாணீ
புக்திமுக்தி விதரண ருத்ராணீ அபயா

83. அபிராமீம் அகில

ராகம் : **பூஷாவதி** தாளம் : **ரூபகம்**

ப. அபிராமீம் அகில புவன ரக்ஷகீமாச்'ரயே அபிராமீம்

ச. இப வதன ஸ்ரீ குரு குஹ ஜனனீம்
ஈச' அம்ருத கடேச்'வர மோஹினீம் அபய வரப்ரதாயினீம்
மார்கண்டேயாயுஷ்ப்ரத யம பயாபஹாரிணீம்
விசு'த்த சக்ர நிவாஸினீம் அபிராமீம்

84. அன்ன பூர்ணே விசா’லாக்ஷி

ராகம் : **ஸாம** தாளம் : **ஆதி**

ப. அன்ன பூர்ணே விசா’லாக்ஷி
அகில புவன ஸாக்ஷி கடாக்ஷி அன்ன

அ. உன்னத கர்த்த தீர விஹாரிணி
ஓங்காரிணி துரிதாதி நிவாரிணி
பன்னகாபரண ராஜ்ஞீ புராணி
பரமேச்’வர விச்’வேச்’வர பாஸ்வரி அன்ன

ச. பாயஸான்ன பூரித மாணிக்ய –
பாத்ர ஹேம தர்வீ வித்ருத கரே
காயஜாதி ரக்ஷண நிபுண–தரே
காஞ்சன–மய பூஷணாம்பர தரே
தோயஜாஸனாதி ஸேவிதபரே
தும்புரு நாரதாதி நுதவரே
த்ரயாதீத மோக்ஷ ப்ரதசதுரே
த்ரிபத சோ’பித குருகுஹ ஸாதரே அன்ன

85. ஆனந்தாம்ருதாகர்ஷிணி

ராகம் : **அம்ருத வர்ஷிணி** தாளம் : **ஆதி**

ப. ஆனந்தாம்ருதாகர்ஷிணி அம்ருத வர்ஷிணி
ஹராதி பூஜிதே சி’வே பவானி ஆனந்தாம்

ச. ஸ்ரீ நந்தனாதி ஸம்ரக்ஷிணி
ஸ்ரீ குரு குஹ ஜனனி சித்ரூபிணி
ஸானந்த ஹ்ருதய நிலயே ஸதயே
ஸத்யஸுவ்ருஷ்டி ஹேதவே த்வாம்
ஸந்ததம் சிந்தயே அம்ருதேச்’வரி
ஸலிலம் வர்ஷய வர்ஷய வர்ஷய ஆனந்தாம்

86. ஏஹி அன்னபூர்ணே

ராகம் : **புன்னாகவராளி** தாளம் : **ஆதி**

ப. ஏஹி அன்னபூர்ணே ஸன்னிதேஹி
ஸதா பூர்ணே ஸுவர்ணே ஏ ஹி

அ. பாஹி பஞ்சாச'த்வர்ணே ச்'ரியம்
தேஹி ரக்த வர்ணே அபர்ணே ஏ ஹி

ச. காசீ' க்ஷேத்ர நிவாஸினி கமல லோசன விசா'லினி
விச்'வேச' மனோல்லாஸினி
ஜகதீச' குருகுஹ பாலினி வித்ரும–
பாசி'னி புன்னாக வராளி ப்ரகாசி'னி
ஷட்–த்ரிம்ச'த்–தத்வ விகாஸினி ஸுவாஸினி
பக்த விச்'வாஸினி சிதானந்த விலாஸினி ஏ ஹி

87. கஞ்ஜ தளாயதாக்ஷி

ராகம் : **மனோஹரி** தாளம் : **ஆதி**

ப. கஞ்ஜ தளாயதாக்ஷி காமாக்ஷி
கமலா மனோஹரி த்ரிபுர ஸுந்தரி கஞ்ஜ

அ. குஞ்ஜர கமனே மணி மண்டித மஞ்ஜுள சரணே
மாமவ சி'வ பஞ்ஜர சு'கி பங்கஜ முகி
குருகுஹ ரஞ்ஜனி நிரஞ்ஜனி துரித பஞ்ஜனி கஞ்ஜ

ச. ராகா ச'சி' வதனே ஸு–ரதனே ரக்ஷித மதனே ரத்ன ஸதனே
ஸ்ரீ காஞ்சன வஸனே ஸுரஸனே
ச்'ருங்காராச்'ரய மந்த ஹஸனே
ஏகானேகாக்ஷரி புவனேச்'வரி
ஏகானந்தாம்ருத ஜரி பாச்'வரி
ஏகாக்ர மனோ–லயகரி ஸ்ரீகரி
ஏகாம்ரேச' க்ருஹேச்'வரி ச'ங்கரி கஞ்ஜ

88. காசீ' விசா'லாக்ஷீம்

ராகம் : **கமகக்ரியா** தாளம் : **ரூபகம்/ஆதி**

ப. காசீ' விசா'லாக்ஷீம் பஜேऽஹம் பஜே ஸ்ரீ காசீ'

அ. காசீ' விச்'வேச்'வர மனோல்லாஸ காரிணீம்
கருணாரஸ லஹரீம் குருகுஹ விச்'வாஸினீம் காசீ'

ச. காசீ' புர வாஸினீம் காமித ஃபல தாயினீம்
கலி கல்மஷ நாசி'னீம்
கந்தர்வ கோஷித கமகக்ரியா மோதினீம் காசீ'
பாச' மோசனீம் கபாலசூ'லினீம் பன்னகவேணீம்
தாஸஜன முகுந்த வர ப்ரதாயினீம் காசீ'

89. காமகோடிபீடவாஸினி

ராகம் : **ஸௌகந்தினி** தாளம் : **ஆதி**

ப. காமகோடிபீடவாஸினி ஸௌகந்தினி
மாமவ குருகுஹ ஜனனி ரஞ்ஜனி காமகோடி

ச. ஸாமகான லோலே ஸ்ரீபாலே
ஸத்குண சீ'லே க்ருபாலவாலே
ச்'யாமலேऽதி கோமலேऽதி லலிதே
ஸகல புவன ஜனனி துரித பஞ்ஜனி காமகோடி

90. காமாக்ஷி காமகோடி

ராகம் : **ஸுமத்யுதி** தாளம் : **ரூபகம்**

ப. காமாக்ஷி காமகோடி பீடவாஸினி மாமவ காமாக்ஷி

அ. கௌமாரி குஸுமத்யுதி ஹேமாபரண பூஷணி
ஸமஸ்த ஸாம்ராஜ்ய தாயினி
ஸத்குரு குஹ ஜனனி காமாக்ஷி

ச. கமலேச' ஸோதரி கமலாக்ஷி நாராயணி
நாத பிந்து களாஸ்வரூபிணி காத்யாயனி
காமகளா ப்ரதர்சி'னி கல்யாண குணசா'லினி காமாக்ஷி

91. காமாக்ஷி வர லக்ஷ்மி

ராகம் : **பிலஹரி** தாளம் : **ஆதி**

ப. காமாக்ஷி வர லக்ஷ்மி கமலாக்ஷி ஜயலக்ஷ்மி ஸ்ரீ காமாக்ஷி

அ. காம ஜனக பூர்ண ஃபலே ஸகலே
காமிதார்த்த தாயினி ஸ்ரீ ஃபலே
காம கலே விமலே கரகமலே
காமகோடி பிலஹரி நுதகமலே காமாக்ஷி

ச. தினகர கோடி ப்ரகாச' காயே தேதீப்யமான திவ்யச்சாயே
வனஜாஸனாதி வந்தித மாயே வாஸுதேவ பரப்ரஹ்ம ஜாயே
மனன த்யான த்யாத்ரு த்யேயே
மஹனீய ஸாம்ராஜ்ய ப்ரதாயே
ஸனக ஸனந்தனாதிபிர்ஜ்ஞேயே
ஸதயே ஸரஸ குரு குஹ ஸஹாயே காமாக்ஷி

92. கௌமாரீ கௌரீ

ராகம் : **கௌரீ வேளாவளி** தாளம் : **ஆதி**

ப. கௌமாரீ கௌரீ வேளாவளீ
கானலோலே ஸுசீ'லே பாலே கௌமாரீ

ச. காமாக்ஷி கனக ரத்ன பூஷணி
கல்யாணி குரு குஹ ஸந்தோஷிணி
ஹேமாம்பரி சா'தோதரி ஸுந்தரி
ஹிமகிரி குமாரி ஈச' வச'ங்கரி கௌமாரீ

93. கௌளரி கிரிராஜ குமாரி

ராகம் : **கௌளரி** தாளம் : **ரூபகம்**

ப. கௌளரி கிரிராஜ குமாரி
கானவனமயூரி கம்பீர கௌமாரி கௌளரி

அ. தூரீக்ருத துரிதேऽதி லலிதே
துர்கா லக்ஷ்மீ ஸரஸ்வதீ ஸஹிதே
ஸௌ'ரீச' விரிஞ்சாதி மஹிதே
ஸாம்பவி நமஸ்தே பர தேவேத கௌளரி

ச. நவ சக்ர ஸ்வரூபாவதாரே நாத ப்ரஹ்ம வாசக தாரே
சி'வ பரமானந்தாம்ருததாரே ச்'ருங்காராதி நவ ரஸாதாரே
பவகுருகுஹ கணபதி ஸம்ஸாரே
பக்திப்ரத வேதாகம ஸாரே
பவன தாரண யோகவிசாரே பாலித பக்தஜன மந்தாரே
தவ சரண பங்கஜோத்பவ தத்வ ஸமஷ்ட்யாகாரே
ஸுவர்ண மணிமயாதி பஞ்ச விம்ச'தி ப்ராகாரே
ஸுதாஸிந்து மத்யே சிந்தாமண்யாகாரே
சி'வாகார மஞ்சே பரசி'வபர்யங்க விஹாரே கௌளரி

94. சி'வ காமேச்'வரீம்

ராகம் : **கல்யாணி** தாளம் : **ஆதி**

ப. சி'வ காமேச்'வரீம் சிந்தயேऽஹம்
ச்'ருங்கார ரஸ ஸம்பூர்ணகரீம் சி'வ காமே.....

அ. சி'வ காமேச்'வர மன:ப்ரியகரீம்
சி'வானந்த குருகுஹ வச'ங்கரீம் சி'வ காமே.....

ச. சா'ந்த கல்யாண குணசா'லினீம்
சா'ந்த்யதீத கலா ஸ்வரூபிணீம்
மாதுர்ய கானாம்ருத மோதினீம்
மதாலஸாம் ஹம்ஸோல்லாஸினீம் சிதம்பர புரீச்'வரீம்
சிதக்னி குண்ட ஸம்பூத ஸகலேச்'வரீம் ஸ்ரீ சி'வ காமே.....

95. தர்ம ஸம்வர்த்தனி

ராகம் : **மத்யமாவதி** தாளம் : **ரூபகம்**

ப. தர்ம ஸம்வர்த்தனி தனுஜ ஸம்மர்த்தினி
தரா தராத்மஜே அஜே தயயா மாம் பாஹி பாஹி தர்ம

அ. நிர்மல ஹ்ருதய நிவாஸினி நித்யானந்த விலாஸினி
கர்ம ஜ்ஞான விதாயினி காங்க்ஷிதார்த்த ப்ரதாயினி தர்ம

ச. மாதவ ஸோதரி ஸுந்தரி மத்யமாவதி ச'ங்கரி
மாதுர்ய வாக்விஜ்ரும்பிணி மஹா தேவ குடும்பினி
ஸாது ஜன சித்த ரஞ்ஜனி சா'ச்'வத குருகுஹ ஜனனி
போத ரூபிணி நிரஞ்ஜனி புவனேச' துரித பஞ்ஜனி
பாதஜ விச்'வ விலாஸினி பஞ்ச நதீசோ'ல்லாஸினி
வேத சா'ஸ்த்ர விச்'வாஸினி விதி
ஹரி ஹர ப்ரகாசி'னி தர்ம

96. தாக்ஷாயணி

ராகம் : **தோடி** தாளம் : **ரூபகம்**

ப. தாக்ஷாயணி அபயாம்பிகே
வரதாபய ஹஸ்தே நமஸ்தே ஸ்ரீ தாக்ஷா

அ. தீக்ஷா ஸந்துஷ்ட மானஸே தீனாவனஹஸ்த ஸாரஸே
காங்க்ஷிதார்த்த ப்ரதாயினி காமதந்த்ர விதாயினி
ஸாக்ஷி ரூப ப்ரகாசி'னி ஸமஸ்த ஜகத்விலாஸினி தாக்ஷா

ச. ஸகல நிஷ்கள ஸ்வரூப தேஜஸே
ஸகல லோக ஸ்ருஷ்டிகரண ப்ராஜஸே
ஸகல பக்த ஸம்ரக்ஷண யச'ஸே
ஸகல யோகி மனோரூப தத்வ தபஸே
ப்ரபல குருகுஹோதயே பஞ்சானன ஹ்ருதாலயே
பரத மதங்காதி நுதே பாரதீச' பூஜிதே தாக்ஷா

97. த்ரிபுரஸுந்தரி ச'ங்கரி

ராகம் : **ஸாம** தாளம் : **ரூபகம்**

ப. த்ரிபுரஸுந்தரி ச'ங்கரி
குரு குஹ ஜனனி மாமவ த்ரிபுர....

ச. த்ரிபுராதி சக்ரேச்'வரி ஸாம்ராஜ்யப்ரதகரி
ஸாமகான ப்ரியகரி ஸச்சிதானந்த ஸுககரி
த்ரிபுராஸுராதி பஞ்ஜனி ஸ்ரீபுரவாஸ நிரஞ்ஜனி
வேதசா'ஸ்த்ர விச்'வாஸினி
விதி பூஜித வினோதினி த்ரிபுர....

98. த்ரிபுரஸுந்தரி நமோஸ்துதே

ராகம் : **தேவமனோஹரி** தாளம் : **ஆதி**

ப. த்ரிபுரஸுந்தரி நமோஸ்துதே
தீன ஜனாவனாபீஷ்ட தாயினி ஸ்ரீ த்ரிபுர....

அ. த்ரைபத பரப்ரஹ்மரூபிணி
தத்பத லக்ஷ்யார்த்த ஸ்வரூபிணி த்ரிபுர....

ச. வேத சா'ஸ்த்ராதி வினுத ஸ்ஃபூர்த்தே
விதி குருகுஹாதி பூஜித மூர்த்தே
காமித ஃபலப்ரத நிபுண கீர்த்தே
கமனீய காம கலா ப்ரதர்சி'தே
மாதவ ஸோதரி மஹிஷாஸுராதி மர்த்தனி
மஹாதேவ மனோஹரி
மஹாகைலாஸ வாஸ ப்ரியகரி
மஹா காமேச்'வரி ஸம்பத்கரி த்ரிபுர....

99. நவரத்ன விலாஸ

ராகம் : **நவரத்னவிலாஸம்** தாளம் : **ஆதி**

ப. நவரத்னவிலாஸ விபவப்ரதே
நத ஜன சு'ப ப்ரதே பஹுவரதே ஜய ஜய நவரத்ன

ச. பவரோக பரிஹாரிணி ச'ர்வாணி
பவ மோஹனகர ரூபிணி பவானி
நவ சக்ர பிந்து பீட நிவாஸினி
நாராயணி குருகுஹ விச்'வாஸினி நவரத்ன

100. நாக காந்தாரீ

ராகம் : **நாக காந்தாரி** தாளம் : **ஆதி**

ப. நாக காந்தாரீ ராக நுதே நகஜா நந்திதே மாமவ நாக

அ. நாக ராஜ வினுதே ஸுரஹிதே
வாகீசா'தி குருகுஹ வந்திதே
பாகவதாதி நுத பர தேவதே
பரம தத்வார்த்த போதிதே சி'வே நாக

ச. பரம சா'ந்த ஸ்வரூபாகாரே பாத பங்கஜே பத்ம கரே
நிரதிச'ய ஸுககரே ஸுருசிரே
ஸச'ரசாப பாசா'ங்குச' தரே நாக

101. பஞ்சாச'த்பீட ரூபிணி

ராகம் : **தேவகாந்தாரம்** தாளம் : **ஆதி**

ப. பஞ்சாச'த்பீட ரூபிணி மாம்
பாஹி ஸ்ரீ ராஜராஜேச்'வரி பஞ்சா

அ. பஞ்சதசா'க்ஷரி பாண்ட்ய குமாரி
பத்மநாப ஸஹோதரி ச'ங்கரி பஞ்சா

ச. தேவி ஜகஜ்ஜனனி சித்ரூபிணி
தேவாதி நுத குருகுஹ ரூபிணி
தேச' கால ப்ரவர்த்தினி
மஹாதேவ மனோல்லாஸினி நிரஞ்ஜனி
தேவராஜ முனி சா'ப விமோசனி
தேவகாந்தார ராக தோஷிணி
பாவராகதாள விச்'வாஸினி
பக்தஜன ப்ரிய ஃபல ப்ரதாயினி பஞ்சா

102. பரதேவதே நமஸ்தே

ராகம் : **ஆனந்தபைரவி** தாளம் : **ஆதி**

ப. பரதேவதே நமஸ்தே பாஹிமாம்
லலிதே வரதே பரதேவதே

ச. ஸூர ஸேவிதே நித்ய சு'த்த வித்யே
ஸரஸ ஸதயே ஸங்கீத ப்ரியே
ஸரஸிஜ பதயுகளே ஸகலே
குருகுஹோதயே விஜயே த்ரிபுரே பரதேவதே

103. பராச'க்தி ஈச்'வரி

ராகம் : **கௌரி வேளாவளி** தாளம் : **ஆதி**

ப. பராச'க்தி ஈச்'வரி ஜகஜ்ஜனனி பராச'க்தி

அ. பராதி சத்வாரி வாக்ஸ்வரூபிணி
பராத்பரி பாஹிமாம் ச'ங்கரி பராச'க்தி

ச. முராரி ப்ரமுகாத்யுபாஸினி
மூல மந்த்ர யந்த்ர ஸ்வரூபிணி
கௌரீச' ஸுந்தரேச்'வர மோஹினி
குருகுஹ ஜனனி கான லோலினி பராச'க்தி

104. பர்வத ராஜ குமாரி

ராகம் : **ஸ்ரீ ரஞ்ஜனி** தாளம் : **ஆதி**

ப. பர்வத ராஜ குமாரி ஸ்ரீ பார்வதி
பாஹி மாம் பரமேச்வரி   பர்வத

அ. ஸர்வானந்த-மய சக்ர வாஸினி
ஸத்குருகுஹ ஜனனி ஸ்ரீ ரஞ்ஜனி
ச'ர்வாணி ச'ம்பு மோஹினி
ச'ரச்'சந்த்ரிகா தவள ப்ரகாசி'னி   பர்வத

ச. கைலாச' புர விலஸித ப்ரஸித்த-
காமேச்'வரி கஞ்ஜ லோசனி
கவி ஹ்ருதயாவேசி'னி பாச' மோசனி
பாக சா'ஸனாதி தேவபாலினி
கௌளினி த்ரிபுராதி மர்த்தினி
கந்தர்ப்ப ஜனகாபாங்க வீக்ஷணி
கைவல்ய ப்ரதாயினி
காவ்யாலாப வினோதினி மந்தஹாஸினி   பர்வத

105. பஜரே ரே சித்த

ராகம் : **கல்யாணி** தாளம் : **மிச்'ரசாபு**

ப. பஜரே ரே சித்த பாலாம்பிகாம்
பஜரே ரே சித்த பக்த கல்பலதிகாம்   பஜரே

அ. நிஜ ரூப தான தக்ஷ சரணாம்
அருணாம் நித்ய கல்யாணீம் ச'ர்வாணீம்   பஜரே

ச. ஸ்ரீ வாக்பவ கூட ஜாத சதுர்வேத ஸ்வரூபிணீம்
ச்'ருங்கார காம ராஜோத்'பவ ஸகல விச்'வ வ்யாபினீம்
தேவீம் ச'க்தி பீஜோத்'பவ மாத்ருகார்ண ச'ரீரிணீம்

தேவநுத பவரோக ஹர –
வைத்ய பதி ஹ்ருதய விஹாரிணீம்

பாவ ராக தாள மோதினீம் பக்தாபீஷ்ட ப்ரதாயினீம்
ஸேவக ஜன பாலன குருகுஹ –
ரூப முத்து குமார ஜனனீம் பஜரே

106. பால குசாம்பிகே

ராகம் : **ஸுரடி** தாளம் : **ரூபகம்**

ப. பால குசாம்பிகே மாமவ வர தாயிகே ஸ்ரீ பால

ச. பாலேந்து சே'கரி பக்த ஜனாவன ச'ங்கரி
நீல கண்ட்ட மனோரஞ்ஜனி குருகுஹ ஜனனி
நீரஜாஸனாதி போஷிணி கதம்ப வன வாஸினி பால

107. பாலாம்பிகே பாஹி

ராகம் : **மனோரஞ்ஜனி** தாளம் : **சதுரச்'ரமட்யம்**

ப. பாலாம்பிகே பாஹி பத்ரம் தேஹி தேஹி பாலாம்பிகே

ச. ஸாலோகாதி முக்தி ஸாம்ராஜ்ய தாயினி
ச'ங்கர நாராயண மனோரஞ்ஜனி தனினி
நீல கண்ட்ட குரு குஹ நித்ய சு'த்த வித்யே பாலாம்பிகே

108. பாஹி துர்கே

ராகம் : **ச'ங்கராபரணம்** தாளம் : **சதுரச்'ர ஏகம்**

பாஹி துர்கே பக்திம் தேஹி
பத்மகரே விஜய சிச்சக்தே ஏஹி தேஹி ஸர்வஜ்ஞே
யதி நுத கணபதி குருகுஹ ஜனனி மாம் பாஹி

109. பூஷாபதிம்

ராகம் : **பூஷாவதி** தாளம் : **ரூபகம்**

ப. பூஷாபதிம் மஞ்ஜு பாஷா பதிம் பஜேऽஹம் பூஷா

அ. சே'ஷாங்க ச'யன நுதம் அசே'ஷ தேவ ஸன்னுதம் பூஷா

ச. விராட்ஸ்வரூபாகாரம் விச்'வ ஸ்ருஷ்டி கர்த்தாரம்
பராச'ராத்யுபசாரம் பரமாத்வைத விசாரம்
விராஜமான ச'ரீரம் வேத வேதாந்த ஸாரம்
தராதி பூதாதாரம் தாதாரம் மணி ஹாரம்
புரந்தராத்யதிகாரம் பூர்ண ஃபல தாதாரம்
ஸரோஜாஸனம் தீரம் ஸத்குரு குஹ ப்ரசாரம் பூஷா

110. ப்ருஹதம்பா மதம்பா

ராகம் : **பானுமதி** தாளம் : **ஆதி**

ப. ப்ருஹதம்பா மதம்பா ஜயதி
ப்ரஹ்மாண்ட ஸ்வரூப ஜகதம்பா ப்ருஹ....

ச. மஹா தேவ யுவதீ பானுமதீ மத் குருகுஹ ஜனனீ நிரஞ்ஜனீ
மஹேச்'வரீ ராஜ ராஜேச்'வரீ
மஹா த்ரிபுரஸுந்தரீ ச'ங்கரீ ப்ருஹ....

111. ப்ருஹதம்பிகாயை

ராகம் : **வஸந்தா** தாளம் : **சாபு**

ப. ப்ருஹதம்பிகாயை நமஸ்தே நமஸ்தே ப்ருஹ....

ச. ப்ருஹதீச' மோஹித ப்ரஹ்மாண்ட ஸ்வரூபாயை
ப்ராஹ்ம்யாதி ச'க்தி ஸம்ஸேவித வைபவாயை

பஹுவித நாமரூபாயை ப்ரஹ்மாத்மைக்ய ஸ்வரூபாயை
பானு கோடி லாவண்யாயை
பால குருகுஹ பூஜிதாயை ப்ருஹ....

112. மதுராம்பா ஸம்ரக்ஷது

ராகம் : **தேவக்ரியா** தாளம் : **ஆதி**

ப. மதுராம்பா ஸம்ரக்ஷது மாம் ஸ்ரீ
மனு த்ரிகோண ரூபிணீ த்ரிலோசனீ மதுராம்பா

அ. வேத வேதாந்த தத்வ போதினீ விதி குருகுஹ ஸம்மோதினீ
ஸ்ரீ தேவக்ரியா மோதினீ
தைத்ய ஹந்த்ரீ தீன ரக்ஷிணீ மதுராம்பா

ச. ஹிமாசல குமாரீ ஸுந்தரீ ஹிரண்ய குண்டல சோ'பாகரீ
ஹாலாஸ்ய நாத மன:ப்ரியகரீ ஹம்ஸ நாத வச'ங்கரீ ஸ்ரீகரீ
வாமாசார ப்ரியகரீ வசி'ன்யாத்யாராதித வரதாபயகரீ
வாக்வாதின்யாதி மாத்ருகா –
ஸேவிதானந்த கதம்ப காதம்பரீ மதுராம்பா

113. மஹா த்ரிபுரஸுந்தரி

ராகம் : **மத்யமாவதி** தாளம் : **ரூபகம்**

ப. மஹா த்ரிபுரஸுந்தரி மாமவ ஜகதீச்'வரி மஹா....

ச. மஹேச்'வரி மாதவ ஸோதரி ராஜராஜேச்'வரி
மஹாதேவ மோஹினி மத்குருகுஹ ஜனனி
மஹிஷாஸுர மர்த்தினி நிரஞ்ஜனி தனினி மஹா....

114. மஹாலக்ஷ்மி கருணா

ராகம் : **மாதவ மனோஹரி** தாளம் : **ஆதி**

ப. மஹாலக்ஷ்மி கருணா லஹரி
மாமவ மாதவ மனோஹரி ஸ்ரீ மஹாலக்ஷ்மி

அ. மஹாவிஷ்ணு வக்ஷஸ்த்தல வாஸினி
மஹாதேவ குருகுஹ விச்'வாஸினி
மஹாபாப ப்ரச'மனி மனோன்மணி
மாரஜனனி மங்கள ப்ரதாயினி மஹாலக்ஷ்மி

ச. க்ஷீரஸாகர ஸுதே வேத நுதே
க்ஷிதீசா'தி மஹிதே சி'வ ஸஹிதே
பாரதீ ரதி ச'சீ பூஜிதே
பக்தி யுக்த மானஸ விராஜிதே
வாரிஜாஸனாத்யமர வந்திதே
நாரதாதி முனி ப்ருந்த வந்திதே
நீரஜாஸனஸ்த்தே ஸுமனஸ்த்தே
ஸாரஸ ஹஸ்தே ஸதா நமஸ்தே மஹாலக்ஷ்மி

115. மஹிஷாஸுரமர்த்தினி

ராகம் : **கௌள** தாளம் : **கண்டசாபு**

ப. மஹிஷாஸுரமர்த்தினி மாம் பாஹி
மத்ய தேச' வாஸினி மஹிஷாஸுர

ச. மஹாதேவ மானஸோல்லாஸினி
மாவாணீ குரு குஹாதி வேதினி மாரஜனக பாலினி
ஸஹஸ்ரதள ஸரஸிஜ மத்ய ப்ரகாசி'னி
ஸுருசிர நளினி சு'ம்ப நிசு'ம்பாதி பஞ்ஜனி
இஹபர போகமோக்ஷ ப்ரதாயினி இதிஹாஸ புராணாதி
விச்'வாஸினி கௌரஹாஸினி மஹிஷாஸுர

116. வாராஹீம்

ராகம் : **வேகவாஹினி** தாளம் : **சாபு**

ப. வாராஹீம் வைஷ்ணவீம்
வன வாஸினீம் ஸதா வந்தேऽஹம் வாராஹீம்

ச. வாருணீம் மதமத்த சண்டாதி கண்டினீம்
ஜாதவேத ஸ்வரூபிணீம் மந்தஹாஸினீம்
கருணா கடாக்ஷ வீக்ஷணீம்
குருகுஹ நுத ஸுகுணசா'லினீம் வாராஹீம்

117. வீணா புஸ்தக தாரிணீமாச்’ரயே

ராகம் : **வேக வாஹினி** தாளம் : **கண்ட ஏகம் / மிச்’ரஜம்ப**

ப. வீணா புஸ்தக தாரிணீமாச்’ரயே
வேகவாஹினீம் வாணீம் ஆச்’ரயே வீணா

அ. ஏணாங்க யுத ஜடாஜூட மகுடாந்தாம்
ஏகாக்ர சித்த நித்யாதாம் விதி காந்தாம் வீணா

ச. பராத்யகில ச’ப்த ஸ்வரூபாவகாசா’ம்
பௌர்ணமீ சந்த்ரிகா தவள ஸங்காசா’ம்
கராரவிந்தாம் கல்யாணதாம் பாஷாம்
கனக சம்பக தாம பூஷா விசே’ஷாம்
நிரந்தரம் பக்த ஜிஹ்வாக்ர வாசா’ம்
நிகில ப்ரபஞ்ச ஸங்கோச விகாஸாம்
நராதமானன விலோக சோ’காபஹாம்
நரஹரிஹர குருகுஹபூஜித விக்ரஹாம் வீணா

118. ஸரஸ்வதீ மனோஹரி

ராகம் : **ஸரஸ்வதீ மனோஹரி** தாளம் : **ஆதி**

ப. ஸரஸ்வதீ மனோஹரி ச’ங்கரி
ஸதானந்த லஹரி கௌரி ச’ங்கரி ஸரஸ்வதீ

அ. ஸரஸீருஹாக்ஷி ஸதாசி’வ ஸாக்ஷி
கருணா கடாக்ஷி பாஹி காமாக்ஷி
முர ஹர ஸோதரி முக்ய கௌமாரி
மூக வாக்ப்ரதானகரி மோதகரி ஸரஸ்வதீ

ச. அகாராத்யக்ஷர ஸ்வரூபிணி அந்த:கரண ரூபேக்ஷு சாபிணி
ப்ரகாச’ பரமாத்வைத ரூபிணி பரே த்ரிபுர ஸுந்தரி தாபினி

ப்ரகல்பித ப்ரபஞ்ச ப்ரகாசி'னி
ப்ரஸித்த குருகுஹ ஜனனி பாசி'னி
விகல்ப ஜடில விச்'வ விச்'வாசி'னி
விஜய காஞ்சீ நகர நிவாஸினி ஸரஸ்வதீ

119. ஸாமகான ப்ரியே

ராகம் : **ச'ங்கராபரணம்** தாளம் : **சதுரச்'ர ஏகம்**

ஸாமகான ப்ரியே காம கோடி நிலயே
ச'ங்கரி ஸுந்தரி ஸாரதர லஹரீ
சண்டிகே நிர்மலே காமினி மோதினி
பாஹி குருகுஹ ஜனனி காமாக்ஷி ஸாமகான

120. ஹிமகிரி குமாரி ஈச'ப்ரிய

ராகம் : **அம்ருதவர்ஷிணி** தாளம் : **ஆதி**

ப. ஹிமகிரி குமாரி ஈச' ப்ரியகரி
ஹேமாம்பரி பாஹிமாம் ஈச்'வரி ஹிமகிரி

ச. உமா மஹேச்'வரி குமாரகுரு குஹ ஜனனி
ச'ங்கரி ஸதாசி'வகரி
வாம மார்க ப்ரியகரி ஸுகரி
வரதாபயகரி பரமேச்'வரி ஸ்ரீ ஹிமகிரி

121. ஹிரண்மயீம் லக்ஷ்மீம்

ராகம் : **லலிதா** தாளம் : **ரூபகம்**

ப. ஹிரண்மயீம் லக்ஷ்மீம் ஸதா பஜாமி
ஹீன மானவாச்'ரயம் த்யஜாமி ஹிரண்மயீம்

அ. சிரதர ஸம்பத்ப்ரதாம் க்ஷீராம்புதி தனயாம்
ஹரி வக்ஷஸ்த்தலாலயாம் ஹரிணீம் சரண கிஸலயாம்
கர கமல த்ருத குவலயாம்
       மரகத மணிமய வலயாம்   ஹிரண்மயீம்

ச. ச்'வேத த்வீப வாஸினீம் ஸ்ரீ கமலாம்பிகாம் பராம்
பூத பவ்ய விலாஸினீம் பூஸுர பூஜிதாம் வராம்
மாதரம் அப்ஜ மாலினீம் மாணிக்யாபரண தராம்
கீத வாத்ய வினோதினீம் கிரிஜாம் தாம் இந்திராம்
சீ'தகிரண நிபவதனாம் ச்'ரித சிந்தாமணி ஸதனாம்
பீத வஸனாம் குரு குஹ -
       மாதுல காந்தாம் லலிதாம்   ஹிரண்மயீம்

122. ஸ்ரீ அபயாம்பா

ராகம் : **ஸ்ரீ**　　　　　　　　　　　　　தாளம் : **ஆதி**

ப. ஸ்ரீ அபயாம்பா நின்னு சிந்திஞ்சின வாரிகி
    இந்த கவலையெல்லாம் தீருமம்மா   ஸ்ரீ அபயாம்பா

அ. ஹே அபயகரே வரே ஈச்'வரி க்ருபதோனு -
    எந்தனை ரக்ஷிக்க இது நல்ல ஸமயமம்மா

ச. நீ அத்யத்புத சு'ப குணமுலு வினி -
    நீவே திக்கனி நெர நம்மிதி
    நீரஜாக்ஷி நிஜ ரூப ஸாக்ஷி
    நித்யானந்த குரு குஹ கடாக்ஷி ரக்ஷி   ஸ்ரீ அபயாம்பா

123. ஸ்ரீ வரலக்ஷ்மீ

ராகம் : **ஸ்ரீ**　　　　　　　　　　　　　தாளம் : **ரூபகம்**

ப. ஸ்ரீ வரலக்ஷ்மீ நமஸ்துப்யம் வஸுப்ரதே
    ஸ்ரீ ஸாரஸ பதே ரஸபதே ஸபதே பதே பதே   ஸ்ரீ வரலக்ஷ்மீ

அ. பாவஜ ஜனக ப்ராணவல்லபே ஸுவர்ணாபே
பானுகோடி ஸமானப்ரபே பக்த ஸுலபே
ஸேவக ஜன பாலின்யை ச்'ரித பங்கஜ மாலின்யை
கேவல குணசா'லின்யை
கேச'வ ஹ்ருத்கேலின்யை ஸ்ரீ வரலக்ஷ்மீ

ச. ச்'ராவணபௌர்ணமீ பூர்வஸ்த்த சு'க்ரவாரே –
சாருமதீ ப்ரப்ருதிபி: பூஜிதாகாரே
தேவாதி குரு குஹ ஸமர்ப்பித மணிமய ஹாரே
தீன ஜன ஸம்ரக்ஷண நிபுண கனகதாரே
பாவனா பேத சதுரே பாரதீ ஸன்னுத வரே
கைவல்ய விதரண பரே
காங்க்ஷித ஃபலப்ரதகரே ஸ்ரீ வரலக்ஷ்மீ

124. ஸ்ரீ ரமா ஸரஸ்வதீ

ராகம் : **நாஸாமணி** தாளம் : **ஆதி**

ப. ஸ்ரீ ரமா ஸரஸ்வதீ ஸேவிதாம்
ஸ்ரீ லலிதாம் த்வாம் பாவயே ஸ்ரீ ரமா

ச. தார ஸத்ருச' நாஸாமணீ விராஜிதாம்
ஸம்பத்கரீ ஸேவிதாம்
தாரா மந்த்ரிண்யாதி பரிவ்ருதாம்
தீர குருகுஹ வினுதாம் சி'வயுதாம் ஸ்ரீ ரமா

125. ஸ்ரீ ஸரஸ்வதீ நமோऽஸ்து தே

ராகம் : **ஆரபி** தாளம் : **ரூபகம்**

ப. ஸ்ரீ ஸரஸ்வதீ நமோऽஸ்து தே
வரதே பரதேவதே ஸ்ரீ ஸரஸ்வதீ
ஸ்ரீ பதி கௌரீ பதி குருகுஹ வினுதே
விதி யுவதே ஸ்ரீ ஸரஸ்வதீ

ச. வாஸனா த்ரய விவர்ஜித – வர முனி பாவித மூர்த்தே
வாஸவாத்யகில நிர்ஜர – வர விதரண பஹு கீர்த்தே தர
ஹாஸ யுத முகாம்புருஹே அத்புத சரணாம்புருஹே
ஸம்ஸார பீத்யாபஹே
ஸகல மந்த்ராக்ஷர குஹே ஸ்ரீ ஸரஸ்வதீ

நவாவரண கீர்த்தனைகள்

126. கமலாம்பிகே ஆச்'ரித

ராகம் : **தோடி** தாளம் : **ரூபகம்**

(நவாவரண த்யான கீர்த்தனம்)

ப. கமலாம்பிகே ஆச்'ரித கல்ப லதிகே சண்டிகே
கமனீயாருணாம்சு'கே கர வித்ருத சு'கே மாமவ கமலா...

அ. கமலாஸனாதி பூஜித கமலபதே பஹு வரதே
கமலாலய தீர்த்த வைபவே சி'வே கருணார்ணவே கமலா...

ச. ஸகல லோக நாயிகே ஸங்கீத ரஸிகே
ஸுகவித்வ ப்ரதாயிகே ஸுந்தரி கத மாயிகே
விகளேபர முக்தி தான நிபுணே அக ஹரணே
வியதாதி பூத கிரணே வினோத சரணே அருணே கமலா...
ஸகளே குரு குஹ கரணே ஸதாசி'வாந்த:கரணே
அகசடதபாதி வர்ணே அகண்டைக ரஸ பூர்ணே கமலா...

127. கமலாம்பா ஸம்ரக்ஷது மாம்

ராகம் : **ஆனந்த பைரவி** தாளம் : **திஸ்ர த்ரிபுட/மிச்'ரசாபு**

(ப்ரதமாவரண கீர்த்தனம்)

ப. கமலாம்பா ஸம்ரக்ஷது மாம்
ஹ்ருத்கமலா நகர நிவாஸினீ அம்ப கமலாம்பா

அ. ஸுமனஸாராதிதாப்ஜ முகீ
ஸுந்தர மன:ப்ரியகர ஸகீ
கமலஜானந்த போத ஸுகீ
காந்தா தார பஞ்ஜர சு'கீ கமலாம்பா

ச. த்ரிபுராதி சக்ரேச்'வரீ அணிமாதி ஸித்தீச்'வரீ
நித்ய காமேச்'வரீ
க்ஷிதி புர த்ரைலோக்ய மோஹன சக்ரவர்த்தினீ
ப்ரகட யோகினீ ஸுர ரிபு மஹிஷாஸுராதி மர்த்தினீ
நிகம புராணாதி ஸம்வேதினீ கமலாம்பா

த்ரிபுரேசி' குருகுஹ ஜனனீ த்ரிபுர பஞ்ஜன ரஞ்ஜனீ
மது ரிபு ஸஹோதரீ தலோதரீ
த்ரிபுர ஸுந்தரீ மஹேச்'வரீ கமலாம்பா

128. கமலாம்பாம் பஜரே

ராகம் : **கல்யாணி** தாளம் : **ஆதி**

(த்விதீயாவரண கீர்த்தனம்)

ப. கமலாம்பாம் பஜரே ரே மானஸ
கல்பித மாயா கார்யம் த்யஜரே கமலாம்பாம்

அ. கமலா வாணீ ஸேவித பார்ச்'வாம்
கம்பு ஜய க்ரீவாம் நததேவாம்
கமலாபுர ஸதனாம் ம்ருது கதனாம்
கமனீய ரதனாம் கமல வதனாம் கமலாம்பாம்

ச. ஸர்வாசா'பரிபூரக–சக்ர ஸ்வாமினீம்
பரம–சி'வ காமினீம்
துர்வாஸார்ச்சித குப்த–யோகினீம்
துக்க த்வம்ஸினீம் ஹம்ஸினீம்
நிர்வாண நிஜ ஸுக ப்ரதாயினீம்

நித்ய கல்யாணீம் காத்யாயனீம்
ச'ர்வாணீம் மதுப விஜய வேணீம்
ஸத்குரு குஹ ஜனனீம் நிரஞ்ஜனீம்
கர்வித பண்டாஸுர பஞ்ஜனீம்
காமாகர்ஷிண்யாதி ரஞ்ஜனீம்
நிர்விசே'ஷ சைதன்ய ரூபிணீம்
உர்வீ தத்வாதி ஸ்வரூபிணீம் கமலாம்பாம்

129. ஸ்ரீ கமலாம்பிகயா கடாக்ஷிதோऽஹம்

ராகம் : **ச'ங்கராபரணம்** தாளம் : **ரூபகம்**

(த்ருதீயாவரண கீர்த்தனம்)

ப. ஸ்ரீ கமலாம்பிகயா கடாக்ஷிதோऽஹம்
ஸச்சிதானந்த பரிபூர்ண ப்ரஹ்மாஸ்மி ஸ்ரீ....

அ. பாக சா'ஸனாதி ஸகல தேவதா ஸேவிதயா
பங்கஜாஸனாதி பஞ்ச- க்ருத்யாக்ருத்பாவிதயா
சோ'க ஹர சதுர பதயா மூக முக்ய வாக்ப்ரதயா
கோகனத விஜய பதயா குருகுஹ தத்ரைபதயா ஸ்ரீ....

ச. அனங்க குஸுமாத்யஷ்ட ச'க்த்யாகாரயா
அருண வர்ண ஸம்க்ஷோபண சக்ராகாரயா
அனந்த கோட்யண்ட நாயக ச'ங்கர நாயிகயா
அஷ்ட வர்காத்மக குப்ததரயா வரயா
அனங்காத்யுபாஸிதயா அஷ்டதளாப்ஜ ஸ்த்திதயா
தனுர்பாண தர கரயா தயாஸுதாஸாகரயா ஸ்ரீ....

130. கமலாம்பிகாயை கனகாம்சு'காயை

ராகம் : காம்போஜி										தாளம் : அட

(சதுர்தாவரண கீர்த்தனம்)

ப. கமலாம்பிகாயை கனகாம்சு'காயை
கர்பூர வீடிகாயை நமஸ்தே நமஸ்தே					கமலா....

அ. கமலா காந்தானுஜாயை காமேச்'வர்யை அஜாயை
ஹிம கிரி தனுஜாயை ஹ்ரீங்கார பூஜ்யாயை
கமலாநகர விஹாரிண்யை
கல ஸமூஹ ஸம்ஹாரிண்யை
கமனீய ரத்ன ஹாரிண்யை
கலி கல்மஷ பரிஹாரிண்யை						கமலா....

ச. ஸகல ஸௌபாக்ய தாயகாம்போஜ சரணாயை
ஸம்க்ஷோபிண்யாதி ச'க்தி யுத சதுர்த்தாவரணாயை
ப்ரகட சதுர்தச' புவன பரணாயை
ப்ரபல குரு குஹ ஸம்ப்ரதாயாந்த: கரணாயை
அகளங்க ரூப வர்ணாயை
அபர்ணாயை ஸுபர்ணாயை
ஸுகர த்ருத சாப பாணாயை
சோ'பனகர மனு கோணாயை
ஸகுங்குமாதி லேபனாயை
சராசராதி கல்பனாயை
சிகுர விஜித நீல கனாயை
சிதானந்த பூர்ண கனாயை						கமலா...

131. ஸ்ரீ கமலாம்பிகாயா: பரம்

ராகம் : **பைரவி** தாளம் : **ஜம்ப**

(பஞ்சமாவரண கீர்த்தனம்)

ப. ஸ்ரீ கமலாம்பிகாயா: பரம் நஹி ரே ரே சித்த
க்ஷித்யாதி சி'வாந்த தத்வ ஸ்வரூபிண்யா: ஸ்ரீ....

அ. ஸ்ரீ கண்ட்ட விஷ்ணு விரிஞ்சாதி ஜனயித்ர்யா:
சி'வாத்மக விச்'வ கர்த்ர்யா: காரயித்ர்யா:
ஸ்ரீகர பஹிர்த்தசா'ர சக்ர ஸ்த்தித்யா:
ஸேவித பைரவீ பார்கவீ பாரத்யா: ஸ்ரீ....

ச. நாதமய ஸூக்ஷ்ம ரூப ஸர்வ ஸித்தி –
ப்ரதாதி தச' ச'க்த்யாராதித மூர்த்தே:
க்ஷேத்ராதி தச' கரணாத்மக குள –
கௌளிகாதி பஹு விதோபாஸித கீர்த்தே:
அபேத நித்ய சு'த்த புத்த முக்த –
ஸச்சிதானந்தமய பரமாத்வைத ஸ்ஃபூர்த்தே:
ஆதி மத்யாந்த ரஹிதாப்ரமேய
குருகுஹ மோதித ஸர்வார்த்த ஸாதக பூர்த்தே:
மூலாதி நவாதார வ்யாவ்ருத்த தச' த்வனி –
பேதஜ்ஞ யோகி ப்ருந்த ஸம்ரக்ஷண்யா:
அனாதி மாயாவித்யா கார்ய காரண வினோத –
கரண படுதர கடாக்ஷ வீக்ஷண்யா: ஸ்ரீ....

132. கமலாம்பிகாயாஸ்தவ

ராகம் : **புன்னாகவராளி** தாளம் : **ரூபகம்/திஸ்ரஏகம்**

(ஷஷ்ட்யாவரண கீர்த்தனம்)

ப. கமலாம்பிகாயாஸ்தவ பக்தோSஹம் ஸ்ரீ
ச'ங்கர்யா: ஸ்ரீகர்யா: ஸங்கீத ரஸிகாயா: ஸ்ரீ கமலா....

அ. ஸும ச'ரேக்ஷு கோதண்ட பாசா'ங்குச' பாண்யா:
அதிமதுரதர வாண்யா: ச'ர்வாண்யா: கள்யாண்யா:
ரமணீய புன்னாக வராளி விஜித வேண்யா: ஸ்ரீ கமலா....

ச. தச' கலாத்மக வஹ்னி ஸ்வரூப –
ப்ரகாசா'ந்தர்தசா'ர ஸர்வ ரக்ஷாகர சக்ரேச்'வர்யா:
த்ரிதசா'தி நுத கசவர்க–த்வய–மய ஸர்வஜ்ஞாதி –
தச' ச'க்தி ஸமேத மாலினீ சக்ரேச்'வர்யா:
த்ரிதச' விம்ச'த்வர்ண கர்பிணீ குண்டலின்யா:
தச' முத்ரா ஸமாராதித கௌளின்யா:
தச' ரதாதிநுத குருகுஹ ஜனக சி'வ போதின்யா:
தச' கரண வ்ருத்தி மரீசி நிகர்ப யோகின்யா: ஸ்ரீ கமலா....

133. ஸ்ரீ கமலாம்பிகாயாம் பக்திம்

ராகம் : **ஸஹானா** தாளம் : **த்ரிபுட**

(ஸப்தமாவரண கீர்த்தனம்)

ப. ஸ்ரீ கமலாம்பிகாயாம் பக்திம் கரோமி
ச்'ரித கல்ப வாடிகாயாம்
சண்டிகாயாம் ஜகதம்பிகாயாம் ஸ்ரீ கமலா

அ. ராகா சந்த்ர வதனாயாம் ராஜீவ நயனாயாம்
பாகாரி நுத சரணாயாம் ஆகாசா'தி கிரணாயாம்

ஹ்ரீங்கார விபின ஹரிண்யாம் ஹ்ரீங்கார ஸுச’ரீரிண்யாம்
ஹ்ரீங்கார தரு மஞ்ஜர்யாம்
ஹ்ரீங்காரேச்’வர்யாம் கௌர்யாம் ஸ்ரீ கமலா

ச. ச’ரீர த்ரய விலக்ஷண ஸுகதர ஸ்வாத்மானுபோதின்யாம்
விரிஞ்சி ஹரீசா’ன ஹரிஹய
வேதித ரஹஸ்ய யோகின்யாம்
பராதி வாக்தேவதா ரூப வசி’ன்யாதி விபாகின்யாம்
சராத்மக ஸர்வ ரோகஹர நிராமய ராஜ யோகின்யாம்
கர த்ருத வீணா வாதின்யாம் கமலா நகர வினோதின்யாம்
ஸுரநர முனி ஜன மோதின்யாம்
குருகுஹ வர ப்ரஸாதின்யாம் ஸ்ரீ கமலா

134. ஸ்ரீ கமலாம்பிகே அவாவ

ராகம் : **கண்டா / கண்டாரவம்** தாளம் : **ஆதி**

(அஷ்டமாவரண கீர்த்தனம்)

ப. ஸ்ரீ கமலாம்பிகே அவாவ
சி’வே கர த்ருத சு’க சா’ரிகே ஸ்ரீ....

அ. லோக பாலினி கபாலினி சூ’லினி
லோக ஜனனி பகமாலினி ஸக்ருதா
லோகய மாம் ஸர்வ ஸித்தி–ப்ரதாயிகே
த்ரிபுராம்பிகே பாலாம்பிகே ஸ்ரீ....

ச. ஸந்தப்த ஹேம ஸன்னிப தேஹே
ஸதாகண்டைக ரஸ ப்ரவாஹே
ஸந்தாப ஹர த்ரிகோண கேஹே
ஸகாமேச்’வரீ ச’க்தி ஸமூஹே
ஸந்ததம் முக்தி கண்டா மணி –

கோஷாயமான கவாட த்வாரே
அனந்த குரு குஹ விதிதே
கராங்குலி நகோதய விஷ்ணு தசா'வதாரே
அந்த:கரணேக்ஷு கார்முக ச'ப்தாதி –
பஞ்ச தன்மாத்ர விசி'காऽத்யந்த –
ராக பாச' த்வேஷாங்குச' தர –
கரேऽதிரஹஸ்ய யோகினீ பரே ஸ்ரீ....

135. ஸ்ரீ கமலாம்பா ஜயதி

ராகம் : **ஆஹிரி** தாளம் : **ரூபகம்**

(நவமாவரண கீர்த்தனம்)

ப. ஸ்ரீ கமலாம்பா ஜயதி அம்பா
ஸ்ரீ கமலாம்பா ஜயதி ஜகதம்பா
ஸ்ரீ கமலாம்பா ஜயதி ச்'ருங்கார ரஸ கதம்பா மதம்பா
ஸ்ரீ கமலாம்பா ஜயதி சித்பிம்ப ப்ரதிபிம்பேந்து பிம்பா
ஸ்ரீ கமலாம்பா ஜயதி ஸ்ரீபுர பிந்து மத்யஸ்த்த
சிந்தாமணி மந்திரஸ்த்த –
சி'வாகார மஞ்ச ஸ்த்தித சி'வ காமேசா'ங்கஸ்த்தா ஸ்ரீ....

அ. ஸுகரானனாத்யர்ச்சித மஹாத்ரிபுர ஸுந்தரீம்
ராஜ ராஜேச்'வரீம் ஸ்ரீகர ஸர்வானந்தமய –
சக்ர வாஸினீம் ஸுவாஸினீம் சிந்தயேऽஹம்
திவாகர சீ'த கிரண பாவகாதி விகாஸகரயா
பீகர தாபத்ரயாதி பேதன துரீண–தரயா
பாகரிபு ப்ரமுகாதி ப்ரார்த்தித ஸுகளேபரயா
ப்ராகட்ய பராபரயா பாலிதோதயாகரயா ஸ்ரீ....

ச. ஸ்ரீ மாத்ரே நமஸ்தே சின்மாத்ரே
ஸேவித ரமா ஹரீச' விதாத்ரே

வாமாதி ச'க்தி பூஜித பர தேவதாயா: ஸகலம் ஜாதம்
காமாதி த்வாதச'பிருபாஸித –
காதி ஹாதி ஸாதி மந்த்ர ரூபிண்யா
ப்ரேமாஸ்பத சி'வ குரு குஹ ஜனன்யாம் –
ப்ரீதி யுக்த மச்சித்தம் விலயது
ப்ரஹ்ம–மய ப்ரகாசி'னீ நாம ரூப விமர்சி'னீ
காமகலா ப்ரதர்சி'னீ ஸாமரஸ்ய நிதர்சி'னீ

136. ஸ்ரீ கமலாம்பிகே சி'வே

ராகம் : **ஸ்ரீ** தாளம் : **கண்ட ஏகம்**

(நவாவரண மங்கள கீர்த்தனம்)

ப. ஸ்ரீ கமலாம்பிகே சி'வே பாஹிமாம் லலிதே
ஸ்ரீபதி வினுதே ஸிதாஸிதே சி'வ ஸஹிதே ஸ்ரீ....

ச. ராகா சந்த்ர முகீ ரக்ஷித கோலமுகீ
ரமா வாணீ ஸகீ ராஜ யோக ஸுகீ
சா'கம்பரி சா'தோதரி சந்த்ர கலாதரி
ச'ங்கரி ச'ங்கர குருகுஹ பக்த வச'ங்கரி
ஏகாக்ஷரி புவனேச்'வரி ஈச' ப்ரியகரி
ஸ்ரீகரி ஸுககரி ஸ்ரீ மஹா த்ரிபுர ஸுந்தரி ஸ்ரீ....

மதுரை மீனாக்ஷிதேவி கீர்த்தனைகள்

137. மீனாக்ஷி மே முதம்

ராகம் : **கமகக்ரியா** தாளம் : **ஆதி**

ப. மீனாக்ஷி மே முதம் தேஹி
   மேசகாங்கி ராஜ மாதங்கி   மீனாக்ஷி

அ. மான மாத்ரு மேயே மாயே மரகதச்சாயே சி'வ ஜாயே
   மீன லோசனி பாச' மோசனி
   மானினி கதம்ப வன வாஸினி   மீனாக்ஷி

ச. மதுரா புரி நிலயே மணி வலயே
   மலய த்வஜ பாண்ட்ய ராஜ தனயே
   விது விடம்பன வதனே விஜயே
   வீணா கான தச' கமக க்ரியே
   மது மத மோதித ஹ்ருதயே ஸதயே
   மஹா தேவ ஸுந்தரேச' ப்ரியே
   மது முர ரிபு ஸோதரி சா'தோதரி
   விதி குருகுஹ வச'ங்கரி ச'ங்கரி   மீனாக்ஷி

138. மாமவ மீனாக்ஷி

ராகம் : **வராளி** தாளம் : **மிச்'ரசாபு**

ப. மாமவ மீனாக்ஷி ராஜ மாதங்கி
   மாணிக்ய வல்லகீ பாணி
   மதுரவாணி வராளி வேணி   மாமவ

ச. ஸோம ஸுந்தரேச்'வர ஸுக ஸ்ஃபூர்த்தி ரூபிணி
   ச்'யாமே ச'ங்கரி திக்விஜய ப்ரதாபினி

ஹேம ரத்னாபரண தாரிணி (பூஷணி)
ஈச' குருகுஹ ஹ்ருதாகாரிணி
காமிதார்த்த விதரண தோரணி
காருண்யாம்ருத பரிபூரணி
காம க்ரோதாதி நிவாரிணி
கதம்பகானன விஹாரிணி மாமவ

139. ஸ்ரீ மீனாக்ஷி கௌரி

ராகம் : **கௌரி** தாளம் : **ரூபகம்**

ப. ஸ்ரீ மீனாக்ஷி கௌரி ராஜ ச்'யாமலே
ஆச்'ரித ரக்ஷண துரீணதர லகு ச்'யாமேல ஸகளே
ச்'ருங்கார காமகலே ச்'ரியம் தேஹி மாம்பாஹி ஸ்ரீ...

ச. பூமி ஜலாக்ன்யனில ககன பூத பஞ்சகாதாரே
ஸ்வாமினி ஸோம ஸுந்தரேச்'வர மோஹிதாகாரே
காமித ஃபல ப்ரதாயக கதம்ப விபினாகாரே
பூமி பால நுத குருகுஹ பூஜித முக்தா ஹாரே
கோமலதர பத யுகளே குச்ச ஜய ஸ்தன யுகளே
தாமரஸ சரண யுகளே தத்வம் பதார்த்த யுகளே ஸ்ரீ...

140. ஸ்ரீ மீனாம்பிகாயா:

ராகம் : **தேவகாந்தாரி** தாளம் : **ரூபகம்**

ப. ஸ்ரீ மீனாம்பிகாயா: பரம் நஹி ரே ரே சித்த
நித்ய காமேச்'வர்யாராதித பர தேவ்யா: ஸ்ரீ மீனா...

அ. ஸோம ஸுந்தரேச்'வர மோஹின்யா:
மலய த்வஜ பாண்ட்ய ராஜ
ப்ரணத ச'ரண்யாயா:
நாம ரூப பாராயண ப்ரிய ராஜ யோகின்யா: ஸ்ரீ மீனா...

ச. நாத பிந்து கலாஸ்பத ரூபிண்யா:
நவரத்ன வீணா வாதின்யா:
ஸ்ரீ தேவகாந்தாரி பூஜிதாம்புஜாஸின்யா:
கதம்பவன விலாஸின்யா:
குருகுஹ ஜனன்யா: ஸ்ரீ மீனா...

141. ச்’யாமளாங்கி

ராகம் : **ச்’யாமளம்** தாளம் : **ஆதி**

ப. ச்’யாமளாங்கி மாதங்கி நமஸ்தே
ச’ங்கரி ஸரஸ்வதி வினுதே

ச. நாம ரூப ப்ரபஞ்ச விஹாரிணி
நாரதாதி முனி ஹ்ருத்ஸஞ்சாரிணி
ஸோம ஸுந்தரேச’ மனோரஞ்ஜனி
ஸுந்தரி மீனாக்ஷி குருகுஹ ஜனனி

நவக்ரஹ கீர்த்தனைகள்

142. ஸூர்ய மூர்த்தே

ராகம் : **ஸௌராஷ்ட்ரம்** தாளம் : **த்ருவம்**

ப. ஸூர்யமூர்த்தே நமோ ऽஸ்து தே
ஸுந்தரச் சாயாதிபதே ஸூர்ய...

அ. கார்ய காரணாத்மக ஜகத்ப்ரகாச’ –
ஸிம்ஹ ராச்’யாதிபதே
ஆர்ய வினுத தேஜஸ்ஃபூர்த்தே
ஆரோக்யாதி ஃபலத கீர்த்தே ஸூர்ய...

ச. ஸாரஸமித்ர மித்ர பானோ
ஸஹஸ்ர கிரண கர்ணஸூனோ
க்ரூரபாபஹர க்ருசா'னோ
குருகுஹ மோதித ஸ்வபானோ
ஸூரி ஜனேடித ஸுதினமணே
ஸோமாதி க்ரஹ சி'காமணே
தீரார்ச்சித கர்மஸாக்ஷிணே
திவ்ய–தர ஸப்தாச்'வ ரதினே
ஸௌராஷ்ட்ரார்ண மந்த்ராத்மனே
ஸௌவர்ண ஸ்வரூபாத்மனே
பாரதீச' ஹரி ஹராத்மனே
புக்தி முக்தி விதரணாத்மனே ஸூர்ய...

143. சந்த்ரம் பஜ மானஸ

ராகம் : **அஸாவேரி** தாளம் : **மட்யம்**

ப. சந்த்ரம் பஜ மானஸ ஸாது ஹ்ருதய ஸத்ருச'ம் சந்த்ரம்

அ. இந்த்ராதி லோக பாலேடித தாரேச'ம்
இந்தும் ஷோடச' கலா தரம் நிசா'கரம்
இந்திரா ஸஹோதரம் ஸுதாகரமனிச'ம் சந்த்ரம்

ச. ச'ங்கர மௌளி விபூஷணம் சீ'த கிரணம்
சதுர்புஜம் மதனச்சத்ரம் க்ஷபாகரம்
வேங்கடேச' நயனம் விராண்மனோ–ஜனனம்
விதும் குமுத மித்ரம் விதி குருகுஹ வக்த்ரம் சந்த்ரம்

சா'ங்கம் கீஷ்பதி சா'பானுக்ரஹ பாத்ரம்
ச'ரச்சந்த்ரிகா தவள ப்ரகாச' காத்ரம்

கங்கண கேயூர ஹார முகுடாதி தரம்
பங்கஜ ரிபும் ரோஹிணீ ப்ரியகர சதுரம் சந்த்ரம்

144. அங்காரகமாச்'ரயாம்யஹம்

ராகம் : **ஸுரடி**   தாளம் : **ரூபகம்**

ப. அங்காரகமாச்'ரயாம்யஹம்
வினதாச்'ரித ஜன மந்தாரம்
மங்கள வாரம் பூமி குமாரம் வாரம் வாரம் அங்காரகம்

அ. ச்'ருங்காரக மேஷ வ்ருச்'சிக ராச்'யதிபதிம்
ரக்தாங்கம் ரக்தாம்பராதி தரம் ச'க்தி சூ'ல தரம்
மங்களம் கம்பு களம் மஞ்ஜுளதர பத யுகளம்
மங்கள தாயக மேஷ
துரங்கம் மகரோத்துங்கம் அங்காரகம்

ச. தானவ ஸுர ஸேவித மந்தஸ்மித விலஸித வக்த்ரம்
தரணி ப்ரதம் ப்ராத்ரு காரகம் ரக்தநேத்ரம்
தீன ரக்ஷகம் பூஜித வைத்யநாத க்ஷேத்ரம்
திவ்யௌகாதி குருகுஹ கடாக்ஷானுக்ரஹ பாத்ரம்
பானு சந்த்ர குரு மித்ரம் பாஸமான ஸுகளத்ரம்
ஜானுஸ்த்த ஹஸ்த சித்ரம்
சதுர்புஜம் அதி விசித்ரம் அங்காரகம்

145. புதமாச்'ரயாமி

ராகம் : **நாடகுறஞ்ஜி**   தாளம் : **மிச்'ரஜம்ப**

ப. புதமாச்'ரயாமி ஸததம்
ஸுர வினுதம் சந்த்ர தாரா ஸுதம் புதமா

அ. புத ஜனைர்வேதிதம் பூஸுரைர்மோதிதம்
மதுர கவிதா ப்ரதம் மஹனீய ஸம்பதம் புதமா

ச. குங்கும ஸம த்யுதிம் குருகுஹ முதாக்ருதிம்
குஜ வைரிணம் மணி மகுட ஹார –
கேயூர கங்கணாதி தரணம்
கமனீயதர மிதுன கன்யாதிபம்
புஸ்தக கரம் நபும்ஸகம்
கிங்கர ஜன மஹிதம் கில்பிஷாதி ரஹிதம்
ச'ங்கர பக்த ஹிதம் ஸதானந்த ஸஹிதம் புதமா

146. ப்ருஹஸ்பதே தாராபதே

ராகம் : **அடாணா** தாளம் : **த்ரிபுட**

ப. ப்ருஹஸ்பதே தாராபதே
ப்ரஹ்ம ஜாதே நமோSஸ்து தே ப்ருஹ

அ. மஹா பல விபோ கீஷ்பதே மஞ்ஜு தனுர்மீனாதிபதே
மஹேந்த்ராத்யுபாஸிதாக்ருதே
மாதவாதி வினுத தீமதே ப்ருஹ

ச. ஸுராசார்ய வர்ய வஜ்ர தர சு'ப லக்ஷண ஜகத்ரய குரோ
ஜராதி வர்ஜிதாக்ரோத கச ஜனகாச்'ரித ஜன கல்ப தரோ
புராரி குருகுஹ ஸம்மோதித புத்ர காரக தீன பந்தோ
பராதி சத்வாரி வாக்ஸ்வரூப – ப்ரகாச'க தயா ஸிந்தோ
நிராமயாய நீதி–கர்த்ரே நிரங்குசா'ய விச்'வ பர்த்ரே
நிரஞ்ஜனாய புவன போக்த்ரே
நிரம்சா'ய மக ப்ரதாத்ரே ப்ருஹ

147. ஸ்ரீ சு'க்ர பகவந்தம்

ராகம் : ஃபரஜு தாளம் : அட ஆதி

ப. ஸ்ரீ சு'க்ர பகவந்தம் சிந்தயாமி ஸந்ததம்
ஸகல தத்வஜ்ஞம் ஸ்ரீ சு'க்ர

அ. ஹே சு'க்ர பகவன் மாம் ஆசு' பாலய
வ்ருஷ துலாதீச' தைத்ய ஹிதோபதேச'
கேச'வ கடாக்ஷைக நேத்ரம்
கிரீடதரம் தவளகாத்ரம் ஸ்ரீ சு'க்ர

ச. விம்ச'தி வத்ஸரோடு தசா' விபாகம்
அஷ்ட வர்கம் கவிம் களத்ர காரகம்
ரவி நிர்ஜர குரு வைரிணம்
நவாம்ச' ஹோர த்ரேக்காணாதி –
வர்கோத்தமாவஸர ஸமயே –
வக்ரோச்ச நீச ஸ்வக்ஷேத்ர –
வரகேந்த்ர மூல த்ரிகோணே –
த்ரிம்சா'ம்ச' ஷஷ்ட்யாம்ச' ஐராவதாம்ச' –
பாரிஜாதாம்ச' கோபுராம்ச' –
ராஜயோககாரகம்
ராஜ்ய ப்ரதம் குருகுஹ முதம் ஸ்ரீ சு'க்ர

148. திவாகர தனுஜம்

ராகம் : யதுகுலகாம்போஜி தாளம் : சதுச்'ர ஏகம்/ஆதி

ப. திவாகர தனுஜம் ச'னைச்'சரம்
தீரதரம் ஸந்ததம் சிந்தயேऽஹம் திவாகர

அ. பவாம்பு நிதௌ நிமக்ன ஜனானாம் –
பயங்கரம் அதிக்ரூர ஃபலதம்
பவானீச' கடாக்ஷ பாத்ர பூத –
பக்திமதாம் அதிச'ய சு'ப ஃபலதம் திவாகர

ச. காலாஞ்ஜன காந்தியுக்த தேஹம்
கால ஸஹோதரம் காகவாஹம்
நீலாம்சு'க புஷ்ப மாலாவ்ருதம்
நீலரத்ன பூஷணாலங்க்ருதம்
மாலினீ வினுத குருகுஹ முதிதம்
மகர கும்ப ராசி' நாதம்
தில தைல மிச்'ரிதான்ன தீபப்ரியம்
தயா ஸுதாஸாகரம் நிர்பயம்

கால தண்ட பரிபீடித ஜானும்
காமிதார்த்த ஃபலத காமதேனும்
கால சக்ர பேத சித்ரபானும்
கல்பித ச்சாயாதேவீ ஸூனும் திவாகர

149. ஸ்மராம்யஹம் ஸதா

ராகம் : **ரமாமனோஹரி** தாளம் : **ரூபகம்**

ப. ஸ்மராம்யஹம் ஸதா ராஹும்
ஸூர்ய சந்த்ர வீக்ஷ்யம் விக்ருத தேஹம் ஸ்மராம்யஹம்

அ. ஸுராஸுரம் ரோகஹரம் ஸர்ப்பாதி பீதிஹரம்
சூ'ர்ப்பாஸன ஸுககரம்
சூ'லாயுத தரகரம் ஸ்மராம்யஹம்

ச. கராளவதனம் கடினம்
கயானார்ண கருணார்த்ராபாங்கம்

சதுர்புஜம் கட்க கேடாதி தரணம்
சர்மாதி நீலவஸ்த்ரம் கோமேதகாபரணம்
ச’னி சு’க்ர மித்ர குருகுஹ
ஸந்தோஷகரணம் ஸ்மராம்யஹம்

150. மஹாऽஸூரம் கேதும்

ராகம் : **சாமரம் / ஷண்முகப்ரியா** தாளம் : **ரூபகம்**

ப. மஹா ஸூரம் கேதுமஹம் பஜாமி
ச்சாயா க்ரஹ வரம் மஹா ஸூரம்

அ. மஹா விசித்ர மகுடதரம்
மங்கள வஸ்த்ராதி தரம்
நர பீட ஸ்த்திதம் ஸுகம்
நவக்ரஹ யுதம் ஸகம் மஹா ஸூரம்

ச. கேதும்–க்ருண்வன்–மந்த்ரிணம்
க்ரோத நிதி ஜைமினம்
குலுத்தாதி பக்ஷணம்
கோண த்வஜ பதாகினம்
குருகுஹ சாமர பரணம்
குண தோஷ ஜிதாபரணம்
க்ரஹணாதி கார்ய காரணம்
க்ரஹாபஸவ்ய ஸஞ்சாரிணம் மஹா ஸூரம்